SÁCH NẤU SÁCH NẤU SÚC XƯƠNG THIẾT YẾU

100 công thức nấu ăn ngon miệng với hình ảnh màu sắc đẹp mắt giúp bạn tạo ra những bữa ăn ngon miệng và bổ dưỡng, nuôi dưỡng cơ thể và tâm hồn của bạn

Huyền Phạm

MỤC LỤC

GIỚI THIỆ U

Nước hầm xương là gì?

Nước dùng xương, đôi khi được gọi là nước dùng, là chất lỏng được nấu từ xương động vật và mô liên kết. Các đầu bếp sử dụng nước dùng làm cơ sở cho súp, nước sốt và nước thịt. Một số người uống nó một mình.

Con người đã nấu nước hầm xương từ thuở sơ khai của loài người. Các nhà nhân chủng học cho rằng con người đã uống chất lỏng pha với xương và các bộ phận khác của động vật ngay từ thời tiền sử.

Có 100 bức tranh tô màu (mỗi bức tượng trưng cho một công thức), giúp bạn tạo ra những món ăn vừa đẹp mắt vừa ngon miệng.

Tóm lại, những lợi ích chính của nước hầm xương là:

A. Nếu bạn đang bị viêm khớp hoặc đau khớp, như tôi đã từng bị do phẫu thuật nội soi khớp gối và hai chiếc đinh tán được cấy vào mỗi đầu gối, thì uống nước hầm xương sẽ hỗ trợ sức khỏe khớp và có thể giúp giảm bớt sự khó chịu.

B. Nếu bạn muốn có một làn da sáng từ trong ra ngoài, hãy dùng nước hầm xương để hỗ trợ sức khỏe tiêu hóa của bạn trước, vì vẻ đẹp tự nhiên của chúng ta có mối liên hệ mật thiết với đường ruột.

C. Nếu bạn đang mang thai hoặc chuẩn bị mang thai, ngoài các sản phẩm từ sữa, nước hầm xương cũng là một nguồn cung cấp canxi. Hãy nhớ rằng, nếu bạn không nhận đủ canxi từ chế độ ăn uống của mình, điều đó sẽ không ảnh hưởng đến sự phát triển của em bé, bởi vì em bé của bạn sẽ chỉ lấy lượng canxi cần thiết từ xương của bạn.

D. Nước dùng xương có chứa collagen, giúp ngăn ngừa và loại bỏ các vết rạn da một cách tự nhiên. Mẹ không cần những loại kem đắt tiền đó đâu mẹ ạ!

E. Nước dùng xương thúc đẩy quá trình giải độc giúp giảm tác dụng nôn nao.

CÁ VÀ HẢI SẢN

1. Canh xương cá

THÀNH PHẦN:

- 2 pound đầu cá hoặc thân thịt
- muối để hương vị
- 7 – 8 lít nước + thêm nước để chần
- 2 inch gừng, thái lát
- 2 thìa nước cốt chanh

HƯỚNG DẪN:

a) Chần cá: Cho nước và đầu cá vào nồi lớn. Đặt nồi trên lửa lớn.

b) Khi nó sôi, tắt lửa và đổ nước đi.

c) Cho cá trở lại nồi. Đổ 7-8 lít nước.

d) Đặt nồi trên lửa lớn. Thêm gừng, muối và nước cốt chanh.

e) Khi hỗn hợp sôi, giảm nhiệt và đậy nắp lại. Đun nhỏ lửa trong 4 giờ.

f) Loại bỏ nhiệt. Khi nó nguội đi, lọc vào một cái lọ lớn bằng lưới thép.

g) Để tủ lạnh 5-6 ngày. Nước dùng chưa sử dụng có thể được đông lạnh.

2. Chạy xuống

THÀNH PHẦN:

- 2 pound cá thu ngâm hoặc muối
- 1 lon nước cốt dừa
- 1 củ hành tây thái lát mỏng
- 3 tép tỏi đập giập
- 1 quả cà chua xắt nhỏ
- 2 củ hành lá xắt nhỏ
- ½ hạt tiêu scotch thái lát mỏng
- Nhánh cỏ xạ hương tươi hoặc khô
- 8 cốc nước

HƯỚNG DẪN:

a) Loại bỏ bất kỳ xương nào từ cá thu và cắt chúng thành từng miếng nhỏ.

b) Cho vào tô và đổ nước sôi ngập mặt cá.

c) Để yên trong 30 phút rồi xả nước.

d) Đổ nước cốt dừa vào chảo và thêm tỏi và cà chua. hành lá, tiêu scotch, hành tây và húng tây.

e) Đun hỗn hợp cho đến khi hành tây mềm thì cho mặt da cá xuống, vặn lửa nhỏ và để lửa liu riu cho đến khi cá chín hoàn toàn trong khoảng 10 phút.

3. Nước dùng xà lách Quinoa hải sản

THÀNH PHẦN:

- 1 chén quinoa chưa nấu chín
- 1 ½ chén nước hầm xương gà
- 1 (6-oz) bít tết cá ngừ
- 8 lạng tôm cỡ vừa, bóc vỏ và bỏ chỉ
- 1 muỗng cà phê gia vị Old Bay
- ½ muỗng cà phê tiêu đen xay
- 1 quả bơ, thái hạt lựu
- ½ chén hành tím, thái lát mỏng
- 2 củ cải, thái lát mỏng
- 1 hạt tiêu serrano, thái lát
- ¼ chén lá ngò tươi, thái nhỏ
- chanh nêm để phục vụ

CHO TRANG PHỤC:

- ⅓ chén dầu ô liu nguyên chất
- 2 thìa nước cốt chanh
- 1 muỗng canh mù tạt Dijon
- 1 muỗng cà phê gia vị Old Bay
- ½ muỗng cà phê tiêu đen xay

HƯỚNG DẪN:

a) Đặt quinoa vào một cái chảo vừa và phủ nước dùng xương gà. Đun sôi, sau đó vặn nhỏ lửa, đậy nắp và đun nhỏ lửa trong 12-14 phút hoặc cho đến khi nước dùng ngấm hết. Tắt bếp và đậy nắp thêm 5 phút nữa.

b) Phết một ít dầu ô liu lên mỗi mặt của miếng bít tết cá ngừ. Rắc ½ thìa cà phê gia vị Old Bay và ¼ thìa cà phê tiêu đen xay. Để qua một bên.

c) Cho tôm vào tô vừa, nêm ½ thìa cà phê gia vị Old Bay và ¼ thìa cà phê tiêu đen xay. Trộn đều và để một bên.

d) Bôi trơn chảo gang hoặc vỉ nướng và đun nóng ở nhiệt độ trung bình cao. Khi vỉ nướng đã nóng, đặt tôm lên trên một lớp, chừa một khoảng trống cho bít tết cá ngừ. Nướng mỗi mặt của tôm trong 2 phút mà không quấy.

e) Một phút trước khi tôm chín, đặt bít tết cá ngừ lên vỉ nướng; sear mỗi bên trong 30 giây.

f) Lấy cá ngừ và tôm ra khỏi bếp, để nguội và cắt thành khối.

g) Cắt bơ, hành tây, củ cải, ớt serrano và cắt nhỏ rau mùi.

h) Trong một cái bát nhỏ, kết hợp các thành phần thay đồ và trộn đều.

i) Đặt tất cả các thành phần trong một bát trộn lớn. Đổ nước sốt lên trên. Trộn đều.

j) Món ăn và phục vụ với nêm chanh.

4. hến với Sốt rượu vang trắng

THÀNH PHẦN:

- 2 cân hến
- 3 muỗng canh cà chua phơi nắng
- 2 muỗng canh bơ không ướp muối
- 1 muỗng cà phê hạt tiêu đỏ
- ½ chén hành tây, thái hạt lựu
- ½ chén rượu trắng
- 3 tép tỏi, băm nhỏ
- ½ chén nước hầm xương gà
- muối để hương vị
- Nêm chanh và rau mùi tây để phục vụ

HƯỚNG DẪN:

a) Làm sạch tất cả hến bằng cách rửa trong nước lạnh. Kiểm tra xem trai của bạn đã được cạo râu chưa. (Vẹm nuôi trong trang trại thường được cạo râu.) Nếu không, hãy cạo râu bằng cách loại bỏ một nhóm dây màu nâu ra khỏi mặt của con trai. Nếu bạn thấy bất kỳ con trai nào đang mở vỏ, hãy gõ nhẹ chúng vào mặt bàn. Loại

bỏ những cái không đóng. Ngoài ra, hãy loại bỏ những con hến bị nứt vỏ.
b) Đun chảy bơ trong chảo hoặc xoong lớn, có đáy rộng (có nắp đậy) trên lửa vừa và cao. Thêm hành, tỏi và một chút muối. Xào cho đến khi trong mờ, khoảng 2 phút.
c) Thêm cà chua khô và mảnh ớt đỏ và xào cho đến khi có mùi thơm, khoảng 30 giây.
d) Cho hến vào chảo, đổ rượu trắng và nước hầm xương gà lên hến.
e) Đậy nắp ngay lập tức và để nó nấu trong 5 phút. Lắc chảo một hoặc hai lần với nắp đậy trong khi nấu để hến phân phối đều.
f) Sau 5 phút, mở nắp và kiểm tra hến. Gần như tất cả chúng nên được mở vào lúc này. Loại bỏ những cái vẫn còn đóng cửa. Nếu bạn có quá nhiều cái đậy kín, hãy đậy nắp lại và nấu thêm 1-2 phút nữa.
g) Vắt một ít nước cốt chanh, trang trí với rau mùi tây xắt nhỏ và dùng trực tiếp từ nồi hoặc dùng kèm mì spaghetti với sốt hến.

5. Cháo cá bổ dưỡng

THÀNH PHẦN:

- 1 pound cá rô phi phi lê
- 1 pound khoai tây vàng
- 12 ounce cà rốt
- 1 bó nhỏ ngò tươi
- ½ chén hành trắng, xắt nhỏ
- 8 chén Nước hầm xương gà (4 hộp)
- Dầu ô liu, muối và hạt tiêu
- 2 muỗng cà phê gia vị Old Bay
- chanh nêm để phục vụ

HƯỚNG DẪN:

a) Làm nóng lò ở 350°F. Rã đông cá và thấm khô bằng khăn giấy. Chải cá với dầu ô liu. Rắc một chút muối và hạt tiêu lên mỗi miếng phi lê.

b) Đặt philê cá đã chuẩn bị vào đĩa nướng mà không chồng lên nhau. Nướng trong 14 phút.

c) Trong khi nướng cá, cho nước hầm xương gà vào nồi lớn và đun sôi nhanh.

d) Gọt vỏ và thái nhỏ cà rốt và khoai tây. Đặt chúng vào nước dùng xương đang sôi, sau đó giảm nhiệt xuống mức trung bình cao. Đậy nắp để nấu trong 15 phút hoặc cho đến khi rau mềm.
e) Chuyển rau và lượng nước dùng vừa đủ vào máy xay sinh tố, thêm rau mùi và hành tây, xay trong 10 giây hoặc cho đến khi mịn. Bây giờ bạn đã tạo ra một cơ sở chowder lành mạnh.
f) Cho phần đế chowder vào cùng một cái chảo.
g) Sử dụng một cái nĩa để chia cá đã nấu chín thành từng miếng nhỏ và chuyển các miếng cá vào đế nước súp.
h) Thêm Old Bay Seasoning và khuấy đều. Đun thêm 5 phút trên lửa vừa.
i) Phục vụ với một vắt nước cốt chanh và bánh mì nướng.

BÒ, LAMB VÀ LỢN

6. Súp thịt bò và rau củ

THÀNH PHẦN:

- 16 ounce nước sốt cà chua
- 1 quả ớt đỏ
- 1 muỗng cà phê muối
- 1 bắp cải, xắt nhỏ
- 15 ounce đậu Anh
- 1 pound thịt bò hầm, hình khối
- 1 thìa cà phê tiêu
- 7 cốc nước
- 2 xương súp nước dùng thịt bò
- 4 củ khoai tây, hình khối
- 4 củ cà rốt, xắt nhỏ
- 17 ounce ngô nguyên hạt

HƯỚNG DẪN:

a) Kết hợp các thành phần trong Crockpot.

b) Nấu ở nhiệt độ thấp trong 3 giờ.

7. Nước dùng Joumou trong nồi nước dùng

THÀNH PHẦN:

- 1 chén cộng với 1 muỗng canh giấm trắng chưng cất, chia
- 1 pound thịt bò, cắt khối và rửa sạch trong giấm
- 2 củ cải, thái nhỏ
- 1 nắp ca-pô Scotch xanh hoặc ớt habanero
- 1 pound thịt bò hầm, cắt khối và rửa trong giấm
- 1 chén gia vị Epis
- 1 quả bí cỡ trung bình, gọt vỏ và cắt khối
- 3 củ khoai tây, thái nhỏ
- 3 muỗng canh nước cốt chanh tươi
- 1 muỗng canh muối nêm
- 15 chén nước dùng thịt bò hoặc rau, chia
- 1 pound xương bò
- 3 củ cà rốt, thái lát
- ½ bắp cải xanh, thái lát rất mỏng
- 1 củ hành tây, thái lát
- 1 cọng cần tây, xắt nhỏ
- 1 tỏi tây, chỉ phần trắng và xanh nhạt, thái nhỏ
- 1 nhánh cỏ xạ hương
- 2 muỗng canh dầu ô liu

- 1½ cốc rigatoni
- 6 cây đinh hương
- 1 muỗng cà phê bột tỏi
- 1 muỗng cà phê bột hành
- 2 ½ muỗng cà phê muối kosher, cộng thêm
- ½ muỗng cà phê hạt tiêu đen mới xay, cộng thêm
- Một nhúm ớt cayenne, cộng thêm
- 1 nhánh mùi tây
- 1 muỗng canh bơ không ướp muối

PHỤC VỤ

- Bánh mì giòn

HƯỚNG DẪN:

a) Kết hợp nước cốt chanh, muối nêm và Cơ sở gia vị Epis.
b) Thêm thịt bò và ướp ít nhất 30 phút hoặc qua đêm.
c) Trong một nồi rất Nước dùng, đun nóng 5 chén nước dùng trên lửa vừa.
d) Thêm thịt bò ướp và xương, đậy nắp nồi và đun nhỏ lửa trong khoảng 40 phút.
e) Cho bí đao vào nồi bên trên thịt bò, đậy vung và nấu trong 20 đến 25 phút hoặc cho đến khi chín mềm.
f) Chuyển Squash vào máy xay sinh tố. Thêm 4 cốc nước dùng và xay nhuyễn cho đến khi mịn.
g) Mang trở lại nồi và đun nhỏ lửa.
h) Thêm 6 chén nước dùng còn lại, khoai tây, cà rốt, bắp cải, hành tây, cần tây, tỏi tây, củ cải, ớt, Rigatoni, đinh hương, bột tỏi, bột hành, muối, hạt tiêu, một chút ớt cayenne và các loại rau còn lại.
i) Đun nhỏ lửa trong 30 phút.
j) Thêm dầu, bơ và thìa giấm cuối cùng.
k) Hầm thêm 15-20 phút ở nhiệt độ trung bình thấp hoặc cho đến khi thịt bò cực kỳ mềm.
l) Dọn súp nước dùng ra bát với bánh mì ở bên cạnh.

8. Súp ức bò và lòng bò

THÀNH PHẦN:

- 1 củ hành lá, xắt nhỏ
- 1 gói xương đuôi bò có cả thịt
- Nêm nếm gia vị
- 1 ½ gallon nước

HƯỚNG DẪN:

a) Đuôi bò cho vào tô có chứa nước ngâm, lọc bỏ phần máu thừa, thay nước 2-3 lần.

b) Khi đã sẵn sàng, cho xương vào một cái nồi lớn và đậy nắp bằng 1 ½ gallon nước.

c) Cho lên bếp ninh tối thiểu 6 tiếng, ninh càng lâu thịt càng ngon.

d) Trong khi nấu, tiếp tục hớt dầu nổi lên trên, giữ mực nước ở mức khoảng 1 gallon trong khi nấu.

e) Sau khi hoàn thành, màu sắc sẽ có màu kem.

f) Điều chỉnh gia vị.

g) Dọn ra bát với đuôi bò và rắc hành lá xắt nhỏ lên trên.

9. canh miso

THÀNH PHẦN:

- 1 củ cà rốt vừa (bóc vỏ và xắt nhỏ)
- ½ củ hành tây (bóc vỏ và xắt nhỏ)
- ½ quả táo (bỏ lõi, gọt vỏ và cắt thô)
- 1 cọng cần tây (cắt thô)
- 3 tép tỏi (bóc vỏ)
- 120ml dầu dừa
- 2 muỗng canh dầu mè
- 340 g thịt xay
- 2 muỗng cà phê gừng tươi (thái lát)
- 1 muỗng cà phê siracha
- 2 muỗng canh nước tương
- 1 muỗng cà phê giấm táo
- 1 muỗng cà phê muối
- 1 muỗng canh mè
- 175ml tương
- 175 ml tương miso đỏ
- 475 ml nước dùng gà hoặc rau củ

HƯỚNG DẪN:

a) Móc nhuyễn thanh cà rốt, hành tây, táo và cần tây.
b) Cho dầu dừa và 1 muỗng cà phê dầu mè vào chảo lớn trên lửa vừa. Sau đó, các loại rau và trái cây xắt nhỏ được chiên trong chảo khoảng 10-12 phút, cho đến khi hành tây trong mờ và táo có màu nâu nhạt. Sau đó giảm nhiệt một chút.
c) Thêm mật ong vào chảo và đợi khoảng 8-10 phút cho đến khi mật ong không còn màu hồng. Thêm gừng, nước tương, giấm táo và muối và khuấy đều mọi thứ.
d) Cho toàn bộ hỗn hợp vào máy xay thực phẩm cho đến khi thịt được xay mịn.
e) Thêm hạt vừng và miso vào hỗn hợp và khuấy đều. Tính nhất quán phải giống như một miếng dán dày. Điều này tạo ra nền tảng miso.
f) Đun sôi nước dùng rau hoặc gà. Thêm 6 muỗng cà phê kem nền miso.
g) Cho Súp Nước dùng đã làm sẵn vào hai bát (mỗi bát khoảng 235 ml) và thêm mì ống và đồ ăn kèm theo ý muốn.

10. nước dùng Tonkotsu

THÀNH PHẦN:

- Seabura (thăn lợn nấu chín)
- 700 g thịt lợn thăn, cắt miếng
- Nước

SĂN TONKOTSU

- 225 g chân gà (rửa sạch, bỏ da, bỏ móng)
- 3,6 - 4,5 kg đùi lợn (gãy, lấy tủy)
- 455 g khoai tây (gọt vỏ và cắt thô)
- 4,7 lít nước
- Shiodare (cho vị mặn)
- 1 miếng kombu hình chữ nhật lớn
- 2 nấm Shiitake khô nhỏ (nghiền nát)
- 946ml nước
- 2 muỗng cà phê vảy cá ngừ
- 300 g vỏ thảm
- 140 g muối
- Shoyu dare (cho hương vị nước tương)

HƯỚNG DẪN:

a) Trước khi bắt đầu, hãy chuẩn bị chashu.

b) Bắt đầu với Seabura: cho thăn lợn vào nồi và ngập nước. Đun sôi nước trong thời gian ngắn và để lửa nhỏ trong 4 giờ.

c) Nấu nước dùng Tonkotsu: Đun sôi nước trong một cái xoong riêng. Chân gà chần qua, thấm khô rồi cho vào nồi áp suất cùng với móng giò và khoai tây. Đậy tất cả mọi thứ với 4,7 lít nước. Hãy chắc chắn rằng nước và các thành phần khác không đầy hơn một nửa nồi của bạn.

d) Đun nóng nồi cho đến khi hơi nước thoát ra khỏi van áp suất (có thể mất đến 20 phút). Đợi khoảng. 10 phút cho đến khi nồi chứa đầy hơi nước. Đặt nhiệt ở mức cao nhất và để nó nấu trong một giờ.

e) Làm Shiodare: Lấy một cái chảo vừa và đun sôi kombu, nấm shiitake và 950 ml nước. Giảm nhiệt và khoảng 5 phút. Vớt kombu và nấm shiitake ra và chuyển chất lỏng vào một cái chảo vừa sạch.

f) Thêm vảy cá ngừ vào chất lỏng, đun sôi. Để nó sôi trong 5 phút. Vắt khô cá ngừ bào và vớt ra khỏi Nước dùng. Cho súp nước dùng vào một cái chảo vừa sạch.

g) Đun sôi nước súp và thêm trai thảm. Để nó sôi trong 5 phút. Loại bỏ hến bằng một cái rây. Chuyển một lít nước dùng sang một cái chảo mới và thêm muối (140 g).

h) Sau một giờ, lấy nồi áp suất ra khỏi bếp và giải phóng áp suất. Giã nhỏ xương heo để lộ tủy. Nấu toàn bộ ở nhiệt độ thấp trong một giờ nữa, khuấy đi khuấy lại.

i) Thêm một thìa cà phê chashu và shiodare vào bát Súp Nước dùng mà bạn định dùng trong bữa ăn.

j) Vớt bì lợn đang ninh ra khỏi bếp, chắt bỏ nước. Cắt thịt thành những miếng nhỏ hơn (khoảng 5 cm). Đẩy toàn bộ miếng thịt từng miếng qua một cái rây thô để cắt nhỏ. Seabura đã sẵn sàng.

k) Lọc nước dùng súp ra khỏi nồi áp suất và đặt nó vào một cái chảo riêng và giữ ấm. Đun sôi lại súp nước dùng ngay trước khi ăn.

l) Cắt Chashu thành miếng 6 mm và chiên trong chảo cho đến khi giòn.

m) Để hoàn thành món Canh súp của bạn, hãy thêm Canh súp Tonkotsu nóng hổi (235 ml) vào tô Canh súp. Thêm một muỗng cà phê Seabura vào mỗi khẩu phần. Thêm mì ống và toppings như mong muốn.

11. Súp hành trong suốt

THÀNH PHẦN:

- 6 chén nước dùng thịt bò
- 2 củ hành tây (thái hạt lựu)
- 1 cọng cần tây (thái hạt lựu)
- 1 củ cà rốt (gọt vỏ và thái hạt lựu)
- 1 muỗng canh tỏi (băm nhỏ)
- ½ muỗng cà phê gừng (băm nhỏ)
- 1 muỗng cà phê dầu mè
- 1 chén nấm nút (thái lát rất mỏng)
- ½ chén hành lá (thái lát)
- để nếm muối và hạt tiêu
- để nếm nước tương (tùy chọn)
- để nếm thử Sriracha (tùy chọn)

HƯỚNG DẪN:

a) Xào hành tây trong nồi với một ít dầu cho đến khi hơi caramen. Khoảng 10 phút.

b) Thêm cà rốt, cần tây, tỏi và gừng, dầu mè và nước dùng. Nêm nếm với muối và hạt tiêu.

c) Đun sôi rồi đun nhỏ lửa trong 30 phút.
d) Lọc rau ra khỏi nước dùng.
e) Thêm một ít hành lá và nấm thái lát mỏng vào bát. Múc nước dùng lên trên.
f) Tùy chọn: Thêm một chút nước tương và sriracha để nếm thử.

12. Nước dùng thịt nướng Camp Pot

THÀNH PHẦN:

- 4-6 Thịt heo quê
- 4 củ hành vừa, bóc vỏ và cắt thành 3 phần theo chiều ngang
- 6-7 củ khoai tây, gọt vỏ và cắt làm đôi
- 1 túi lớn cà rốt baby
- ½ chén cần tây
- muối và tiêu
- nước sốt thịt nướng (tùy chọn)

HƯỚNG DẪN:

a) Cho sườn, khoai tây, hành tây, cà rốt và cần tây vào nồi lớn hoặc máy rang. Che phủ tất cả bằng nước. Muối (khoảng 1 ½ thìa cà phê) và hạt tiêu (phủ nước từ trung bình đến nhẹ lên trên).

b) Đặt nồi lên lửa và nấu từ từ trong vài giờ trong khi bạn câu cá, bơi lội hoặc tận hưởng không gian ngoài trời.

c) Bữa tối được thực hiện khi bạn trở lại. Để thêm gia vị, vớt thịt ra khỏi rau và cho vào chảo với nước sốt thịt nướng (thịt sẽ rơi ra khỏi xương); khuấy nước sốt trên lửa trong khoảng 5-10 phút (nước sốt thịt nướng mật ong là tốt nhất).

13. Nước dùng mì thịt lợn

THÀNH PHẦN:

- 1,1 pound xương lợn, không có thịt, chặt thành miếng lớn
- 2 ¾ pound móng giò lợn, chỉ lấy phần chân, cắt nhỏ
- 1 thân gà
- 5,3 ounce da heo
- 7 ½ lít nước và thêm để chần

HƯỚNG DẪN:

a) Để chần xương: Lấy một cái nồi lớn. Cho giò heo và xương heo vào. Đổ lượng nước vừa đủ ngập xương.

b) Đặt nồi trên lửa vừa. Để nó sôi trong khoảng 10 phút. Loại bỏ nhiệt. Loại bỏ xương và để nó sang một bên.

c) Đổ bỏ nước và rửa sạch nồi.

d) Làm sạch xương khỏi bất kỳ cục máu đông và cặn bã nào bằng một con dao sắc. Hãy chắc chắn để loại bỏ tất cả của nó.

e) Thêm 7,5 lít nước vào một cái nồi lớn. Đun sôi. Cho xương vào nồi. Ngoài ra, thêm da lợn.

f) Hạ nhiệt và để nó sôi.

g) Ban đầu, cặn bã sẽ bắt đầu nổi lên trên cùng. Loại bỏ cặn bã bằng thìa lớn và loại bỏ nó. Cắt mỡ thừa là tốt.

h) Đậy nắp nồi và đun nhỏ lửa trong khoảng 12-15 giờ. Nước dùng sẽ giảm về số lượng và sẽ đặc hơn và hơi đục.

i) Loại bỏ nhiệt. Khi nó nguội đi, lọc vào một cái lọ lớn bằng lưới thép.

j) Để tủ lạnh 5-6 ngày. Nước dùng chưa sử dụng có thể được đông lạnh.

k) Để phục vụ: Đun nóng kỹ. Thêm muối và hạt tiêu để nếm và phục vụ.

14. Nước dùng thịt bò nâu

THÀNH PHẦN:

- 4 cân thịt bò Nước hầm xương
- 2 muỗng canh dầu ô liu
- 1 muỗng canh giấm táo
- 1 nhánh mùi tây tươi
- 1 cọng cần tây; cắt thành ba phần
- 1 củ hành tây nhỏ; chưa gọt vỏ và giảm một nửa
- 2 tép tỏi; băm nhỏ.
- 1 muỗng cà phê lá nguyệt quế khô
- ½ muỗng cà phê tiêu đen nguyên hạt
- 1 muỗng cà phê muối kosher

HƯỚNG DẪN:

a) Bôi trơn một khay nướng bằng dầu ô liu và đặt xương bò lên đó.

b) Nướng xương trong 30 phút trong lò nướng ở nhiệt độ 420 F. Lật xương lại và nướng thêm 20 phút nữa

c) Đổ nước vào nồi tức thì dưới vạch tối đa một inch

d) Thêm tất cả các thành phần; kể cả xương bò nướng, nước.

e) Cố định nắp. Xoay tay cầm xả áp đến vị trí bịt kín.

f) Chọn chức năng Thủ công; đặt áp suất cao và điều chỉnh thời gian thành 75 phút

g) Khi nó phát ra tiếng bíp; Xả hơi nước tự nhiên trong 10 phút và mở nắp nồi ngay lập tức.

h) Lọc nước dùng đã chuẩn bị qua lưới lọc và loại bỏ tất cả các chất rắn, loại bỏ tất cả các chất béo trên bề mặt và dùng nóng.

15. Canh thịt nai

THÀNH PHẦN:

- 2 hoặc 3 pound xương nai với một ít thịt
- 1-16 ounce pkg. Súp rau đông lạnh
- 1 muỗng canh mùi tây
- 1 tép tỏi, băm nhỏ
- Muối và tiêu
- Cà chua lon 16 ounce

HƯỚNG DẪN:

a) Cho xương vào lò nướng kiểu Hà Lan và chỉ ngập nước. Đun nhỏ lửa trong hai giờ. Loại bỏ xương và loại bỏ bất kỳ phần thịt còn lại nào bằng nĩa. Xúc xắc bất kỳ khối lớn. Tiết kiệm ba cốc nước dùng và loại bỏ phần còn lại.

b) Thêm thịt, rau đông lạnh, mùi tây, tỏi, muối và hạt tiêu. Nghiền hoặc cắt nhỏ cà chua và cho vào nồi cùng với nước ép từ lon.

c) Khuấy, đun sôi nhanh. Giảm nhiệt xuống rất thấp, đậy nắp chặt và đun nhỏ lửa trong một giờ. Thêm một chút nước nếu cần.

d) Sau đó rắc thêm một chút tiêu và thưởng thức.

16. Cà ri cừu & khoai tây

THÀNH PHẦN:

- 6 tép tỏi băm nhỏ
- 3 muỗng cà phê bột cà ri
- 2 muỗng canh củ gừng tươi băm nhỏ
- 2 muỗng cà phê hỗn hợp gia vị garam masala
- 1 muỗng cà phê ớt bột, hun khói
- 1 muỗng cà phê cỏ xạ hương, khô
- 1 muỗng cà phê rau mùi, xay
- 1 & ½ muỗng cà phê muối, kosher
- 1 muỗng cà phê tiêu, xay
- ¼ muỗng cà phê thì là, xay
- 1 muỗng canh dầu, ô liu
- 1 thìa cà phê ớt bột
- 2 pound sườn cừu xương bả vai
- 4 x ½" khoai tây đỏ, vừa
- 1 x 15-ounce lon cà chua thái hạt lựu, không ráo nước
- 1 chén nước dùng gà, ít natri
- 1 củ hành tây băm nhỏ
- Tùy chọn: cơm gạo lức nóng, nấu chín, để phục vụ

HƯỚNG DẪN:

a) lớn túi thực phẩm, kết hợp 1 muỗng canh bột cà ri với 3 tép tỏi, 1 muỗng canh gừng, 1 muỗng cà phê hỗn hợp gia vị garam masala, ớt bột, húng tây, bột ớt, ½ muỗng cà phê muối kosher, tiêu xay và rau mùi, thìa là và dầu.

b) Thêm sườn cừu vào túi. Niêm phong túi và bọc sườn bằng cách xoay túi. Làm lạnh trong 8 giờ.

c) Đặt các miếng khoai tây vào nồi nấu chậm. Thêm thịt cừu.

d) Cho nước dùng, cà chua, hành tây và phần tỏi & gia vị còn lại vào máy xay thực phẩm. Che nó và xử lý cho đến khi trộn đều.

e) Đổ hỗn hợp cà chua lên thịt cừu và khoai tây cắt khối. Đậy nắp nồi nấu chậm. Nấu cho đến khi thịt trở nên mềm, 4 đến 5 giờ. Lấy thịt ra khỏi xương và loại bỏ xương.

f) Cắt thịt bằng 2 cái nĩa. Lọc lấy nước nấu và để riêng khoai tây. Bỏ qua bất kỳ chất béo từ nước trái cây. Cho thịt cừu, khoai tây để riêng và nước nấu vào nồi nấu chậm và đun nóng hoàn toàn. Phục vụ trên cơm, nếu muốn.

17. Thịt lợn Miso và Ramen

THÀNH PHẦN:

- 2 cân giò heo, cắt thành hình tròn 1 inch
- 2 pound thịt gà, không xương, cắt thành dải
- 2 muỗng canh dầu ăn
- 1 củ hành tây, xắt nhỏ
- 8-10 tép tỏi, băm nhỏ
- 1 lát gừng, xắt nhỏ
- 2 tỏi tây, xắt nhỏ
- ½ pound hành lá, tách riêng phần trắng và xanh, thái nhỏ
- 1 chén nấm, thái lát
- 2 pound thịt lợn vai, xắt nhỏ
- 1 chén tương miso
- ¼ cốc nước tương
- ½ muỗng canh mirin
- Muối, để hương vị

HƯỚNG DẪN:

1. Chuyển thịt lợn và thịt gà vào nồi nước dùng và thêm nhiều nước cho đến khi ngập. Đặt nó trên một đầu đốt ở nhiệt độ cao và đun sôi. Hủy bỏ nhiệt khi thực hiện.
2. Đun nóng một ít dầu ăn trong chảo gang ở nhiệt độ cao và nấu hành, tỏi và gừng trong khoảng 15 phút hoặc cho đến khi chuyển sang màu nâu. Để qua một bên.
3. Cho xương đã ninh vào nồi cùng với rau, thịt vai, tỏi tây, hành lá, nấm hương. Đổ đầy nước lạnh. Để nó sôi ở nhiệt độ cao trong 20 phút. Giảm nhiệt và đun nhỏ lửa và đậy nắp trong 3 giờ.
4. Bây giờ, loại bỏ vai bằng thìa. Và đặt nó trong một thùng chứa và làm lạnh. Đậy nắp lại nồi và nấu lại trong 6 đến 8 giờ.
5. Lọc nước dùng và loại bỏ chất rắn. Đánh bông miso, 3 muỗng canh nước tương và một ít muối.
6. Băm nhỏ thịt lợn và trộn với nước tương và rượu mirin. Mùa muối.
7. Múc một ít nước dùng lên bánh phở và rắc tỏi-mè-ớt cháy lên trên.
8. Đặt thịt lợn vào bát.
9. Đầu với trứng và sản phẩm mong muốn khác.
10. Thưởng thức.

18. Súp thịt nguội và đậu

THÀNH PHẦN:

- 1 chén đậu nành đen khô (ngâm qua đêm và để ráo nước
- 1 chén hành tây (thái hạt lựu
- 1 chén cần tây (thái hạt lựu
- 4 tép tỏi (băm nhỏ
- 1 muỗng cà phê Oregano khô
- 1 muỗng cà phê muối
- 1 muỗng cà phê gia vị Cajun
- 1 muỗng cà phê khói lỏng
- 2 muỗng cà phê gia vị đa dụng
- 1 muỗng cà phê sốt nóng Louisiana
- 2 chân giò
- 2 chén Ham (thái hạt lựu
- 2 chén nước

HƯỚNG DẪN:

a) Cho tất cả nguyên liệu vào Instant Pot và khuấy đều.

b) Đặt và khóa nắp, đồng thời đặt thủ công thời gian nấu thành 30 phút ở áp suất cao.

c) Khi thực hiện xong, hãy để áp suất xả tự nhiên trong 10 phút rồi nhanh chóng nhả ra.
d) Lấy thịt ra khỏi xương và xé nhỏ tất cả thịt, loại bỏ xương.
e) Khuấy đều, dùng nóng.

19. Nước dùng thịt cừu cay

THÀNH PHẦN:

- 2 pound xương cừu
- ½ muỗng cà phê tiêu trắng
- 1 muỗng cà phê hạt tiêu đỏ
- 2 muỗng cà phê ớt bột
- ¼ chén giấm rượu vang đỏ
- ¼ chén cần tây, xắt nhỏ
- 5 tép tỏi
- 1 củ hành tây, thái lát
- 1 muỗng cà phê muối

HƯỚNG DẪN:

a) Cho tất cả nguyên liệu vào nồi liền và đổ nước vừa đủ.
b) Đậy nắp nồi và nấu ở chế độ nấu chậm trong 6 giờ.
c) Để áp suất xả tự nhiên trong 10 phút rồi xả bằng phương pháp xả nhanh.
d) Lọc lấy nước dùng và bảo quản.

20. Nước dùng thịt bò cổ điển

THÀNH PHẦN:

- 2 pound xương bò
- ½ muỗng cà phê húng quế khô
- 1 muỗng cà phê hạt tiêu
- 4 tép tỏi
- ½ chén cần tây, xắt nhỏ
- 2 muỗng canh giấm rượu vang đỏ
- 1 muỗng cà phê muối biển

HƯỚNG DẪN:

a) Cho tất cả nguyên liệu vào nồi liền và đổ nước vừa đủ.

b) Đậy nắp nồi và nấu ở nhiệt độ cao trong 35 phút.

c) Để áp suất xả tự nhiên trong 10 phút rồi xả bằng phương pháp xả nhanh.

d) Lọc lấy nước dùng và bảo quản.

21. Canh thịt cừu cần tây

THÀNH PHẦN:

- 2 pound xương cừu
- 1 muỗng cà phê cỏ xạ hương khô
- 2 muỗng canh giấm táo
- ½ chén lá cần tây
- 2 nhánh cần tây, xắt nhỏ
- 2 củ hành tây, thái lát
- 1 muỗng cà phê muối

HƯỚNG DẪN:

a) Cho tất cả nguyên liệu vào nồi liền và đổ nước vừa đủ.

b) Đậy nắp nồi và nấu ở nhiệt độ cao trong 15 phút.

c) Giải phóng áp suất bằng phương pháp giải phóng nhanh hơn là mở nắp.

d) Lọc lấy nước dùng và bảo quản.

22. tajine

THÀNH PHẦN:

- Một ít dầu ô liu
- Một ít bơ
- 500 g thịt cừu băm nhỏ (không có xương)
- 1 củ hành tây
- 1 mẩu gừng tươi
- 1 miếng quế (khoảng 5 cm)
- một chút nghệ tây
- 200 g trái cây sấy khô
- 25g hạt mè
- muối và hạt tiêu đen mới xay để nếm

HƯỚNG DẪN:

a) Xào thịt, hành tây và gia vị cho đến khi thịt chuyển sang màu nâu.

b) Cho thịt và hành tây vào nồi.

c) Cho nước đến mức vừa xâm xấp mặt thịt, đậy nắp nồi, hầm khoảng 1 tiếng.
d) Thêm trái cây khô và hầm thêm 30 phút nữa.
e) Rang hạt vừng trên vỉ nướng hoặc chảo khô cho đến khi có màu nâu.
f) Vớt quế ra và phủ vừng rang lên đĩa.

23. Canh thịt heo rau củ

THÀNH PHẦN:

- 2 pound xương heo đã qua chế biến
- ½ chén cà rốt; băm nhỏ.
- ½ chén ớt chuông
- ½ muỗng cà phê tiêu đen nguyên hạt
- 8 cốc nước
- 1 muỗng cà phê lá nguyệt quế khô
- 1 nhánh mùi tây tươi
- ½ chén hành lá; băm nhỏ.
- 1 cọng cần tây; cắt thành ba phần
- 1 củ hành tây nhỏ; chưa gọt vỏ và giảm một nửa
- 1 muỗng cà phê muối kosher

HƯỚNG DẪN:

a) Đổ nước vào nồi liền.

b) Cho tất cả nguyên liệu vào sắc nước. Đóng nắp nồi liền và vặn tay cầm xả áp suất về vị trí bịt kín.

c) Chọn chức năng Thủ công; đặt ở áp suất cao và điều chỉnh hẹn giờ thành 20 phút

d) Khi nó phát ra tiếng bíp; Xả hơi nước tự nhiên trong 10 phút và mở nắp nồi liền

e) Lọc nước dùng đã chuẩn bị qua lưới lọc và loại bỏ tất cả các chất rắn, Loại bỏ tất cả các chất béo trên bề mặt và dùng nóng.

24. Nước dùng thịt bò tiêu

THÀNH PHẦN:

- 4 cân thịt bò Nước hầm xương
- 1 chén ớt chuông đỏ
- 2 muỗng canh dầu ô liu
- 2 tép tỏi; băm nhỏ.
- ¼ muỗng cà phê hạt tiêu đỏ
- 1 cọng cần tây; cắt thành ba phần
- 1 củ hành tây nhỏ; chưa gọt vỏ và giảm một nửa
- ½ muỗng cà phê tiêu đen nguyên hạt
- ¼ muỗng cà phê bột nghệ
- 1 muỗng cà phê muối kosher

HƯỚNG DẪN:

a) Bôi dầu ô liu vào khay nướng và đặt xương bò lên trên

b) Nướng xương trong 30 phút trong lò nướng ở nhiệt độ 420 F. Lật xương lại và nướng thêm 20 phút nữa

c) Đổ nước vào nồi tức thì dưới vạch tối đa một inch.

d) Thêm tất cả các thành phần; trong đó có xương bò nướng để lấy nước.

e) Cố định nắp. Xoay tay cầm xả áp đến vị trí bịt kín.
f) Chọn chức năng Thủ công; đặt áp suất cao và điều chỉnh thời gian thành 75 phút
g) Khi nó phát ra tiếng bíp; Xả hơi nước tự nhiên trong 10 phút và mở nắp nồi ngay lập tức.
h) Lọc nước dùng đã chuẩn bị qua lưới lọc và loại bỏ tất cả các chất rắn, Loại bỏ tất cả các chất béo trên bề mặt và dùng nóng.

25. Nước dùng thịt bò cay

THÀNH PHẦN:

- 2 pound xương bò
- ½ muỗng cà phê hạt tiêu đỏ
- 2 thìa cà phê ớt
- 3 muỗng canh giấm rượu vang đỏ
- ¼ chén hành tây, xắt nhỏ
- ¼ chén cần tây, xắt nhỏ
- ¼ chén cần tây, xắt nhỏ
- 3 tép tỏi
- 3 quả ớt
- 1 muỗng cà phê muối

HƯỚNG DẪN:

a) Cho tất cả nguyên liệu vào nồi và đổ nước vừa đủ.

b) Đậy nắp nồi và nấu ở nhiệt độ cao trong 35 phút.

c) Để áp suất xả tự nhiên trong 10 phút rồi xả bằng phương pháp xả nhanh.

d) Lọc lấy nước dùng và bảo quản.

26. Sous vide heo kéo kiểu Á

Thực hiện: 3 phần

THÀNH PHẦN:

- 1½ kg Cổ heo không xương
- 2½ thìa cà phê bột ngũ vị hương
- ¼ chén sốt hoisin
- 3 muỗng canh nước tương
- 3 thìa mật ong
- 2 muỗng canh Rượu gạo (rượu gạo Thiệu Hưng)
- 2 muỗng canh Gừng, tươi hơn, nạo
- 2 muỗng canh Tỏi, ép
- 1 quả chanh, gọt vỏ

HƯỚNG DẪN:

a) Bạn cần một nồi sous vide, một thiết bị hút chân không và một túi hút chân không. Tôi cho rằng bạn có thể sử dụng một túi đông lạnh rất dày đặc, nhưng tôi không thực sự tin tưởng vào mật độ đó.

b) Nếu bạn lấy cổ heo có xương, bạn phải vớt ra hoặc đặt 2 túi chồng lên nhau để nấu sous vide để xương không khoét lỗ túi và nước tràn vào.

c) Để nguyên cổ lợn hoặc cắt thành khối thô. Ưu điểm của việc cắt trước đó là chiều dài của các sợi thịt đã được xác định sẵn.

d) Trộn các thành phần còn lại cho nước sốt ướp với nhau.

e) Bây giờ hãy cắt một chiếc túi thành một kích thước đủ lớn để nấu sous-vide và hãy hào phóng. Đã hàn một đường nối bằng máy hút chân không và cho thịt vào miệng túi.

f) Đổ nước sốt vào và hút chân không túi - cẩn thận không lấy nước sốt ra ngoài.

g) Cho lượng nước vừa đủ vào nồi sous vide ở nhiệt độ 70°C. Khi đạt nhiệt độ này, cho túi vào sao cho ngập hoàn toàn túi. Mẹo: Tôi luôn thêm nước nóng để tiết kiệm thời gian. Để thịt trong nồi cách thủy trong 20 - 24 giờ.

h) Trong khi chờ đợi, hãy nhớ kiểm tra xem có còn đủ chất lỏng hay không và quan trọng nhất là túi có nổi ra khỏi thịt do hơi nước phát triển hay không. Nếu vậy, bạn phải phàn nàn và nhấn dưới bề mặt. Có thể sử dụng dao kéo, kẹp, v.v. cho việc này - chỉ cần không có gì ngăn nước chảy vào thịt, chẳng hạn như đĩa và những thứ tương tự.

i) Tùy chọn: Đối với lớp vỏ nhẹ, hãy làm nóng lò ở nhiệt độ tối đa và nướng hoặc nhiệt trên cùng.

j) Sau khi nấu, tháo túi ra, cắt một góc nhỏ và đổ chất lỏng bị rò rỉ vào nồi. Lấy thịt ra khỏi túi. Bây giờ về mặt lý thuyết nó đã hoàn thành và có thể được nhặt lên.

k) Hoặc để có lớp vỏ nhẹ, hãy vỗ nhẹ cho thịt khô bên ngoài. Đặt vào một đĩa chịu nhiệt lớn và nướng trong lò cho đến khi lớp vỏ nhẹ hình thành. Sau đó xé nhỏ thịt trong một bát lớn. Điều đó sẽ rất dễ dàng. Bây giờ thêm vỏ chanh.

l) Hãy thử thịt: nếu nó quá khô, hãy thêm một ít chất lỏng. Nếu không, hãy đun sôi nhẹ chất lỏng bị rò rỉ trên bếp.

m) Để làm điều này, bạn phải sử dụng thìa silicone chịu nhiệt để khuấy liên tục và di chuyển nước sốt ở đáy nồi, vì chất lỏng có chứa mật ong và nước sốt hoisin - cả hai đều có xu hướng cháy.

n) Khi đạt được độ đặc mong muốn, nước sốt có thể được thêm vào thịt và trộn đều hoặc phục vụ riêng. Tôi thường trộn chúng vào. Hỗn hợp này cũng có thể được làm lỏng tốt với một ít nước.

27. dùng dê từ Jamaica

THÀNH PHẦN:

- 2 pound (bao gồm cả xương) thịt dê - cắt thành khối
- (có thể dùng thịt cừu để thay thế)
- 2 muỗng canh bột cà ri
- 2 củ hành tây thái hạt lựu
- 2 củ hành lá (hoặc hành lá)
- ½ muỗng cà phê muối
- ½ thìa cà phê tiêu
- 2 quả ớt cay (Nắp ca-pô Scotch hoạt động rất tốt)
- 1 muỗng canh gừng tươi nạo
- 6 tép tỏi băm
- 2 nhánh húng tây tươi
- 1 muỗng canh bơ
- ½ pound cà rốt thái hạt lựu
- ½ pound khoai tây thái hạt lựu
- ½ cốc nước

HƯỚNG DẪN:

a) Kết hợp bột cà ri, hành tây, hành lá, muối, hạt tiêu, ớt, gừng, cỏ xạ hương và nửa cốc nước trong máy xay sinh tố. Thêm nước nếu các thành phần không trộn đều.
b) Xoa hỗn hợp vào khối thịt, để ướp trong tủ lạnh qua đêm.
c) Cạo nước xốt ra khỏi thịt và để dành cho lần sau.
d) Cho thịt và bơ vào chảo rán vàng nhẹ.
e) Cho thịt vào nồi rồi cho khoai tây, cà rốt và nước xốt đã để sẵn vào, sau đó thêm lượng nước vừa đủ ngập mặt thịt.
f) Đun sôi rồi để nhỏ lửa cho đến khi thịt mềm (quá trình này sẽ mất 1 - 1 tiếng rưỡi).

28. Nước hầm xương bò

THÀNH PHẦN:

- 3-4 pound xương bò ăn cỏ hỗn hợp
- 2 củ hành vừa, xắt nhỏ
- 2 củ cà rốt vừa, xắt nhỏ
- 3 nhánh cần tây, xắt nhỏ
- 2 lá nguyệt quế
- 2 muỗng canh giấm táo
- 1 muỗng canh hạt tiêu
- 8-10 cốc nước

HƯỚNG DẪN:

a) Làm nóng lò nướng đến 400°F.

b) Xếp từng lớp xương đã trộn vào chảo rang và cho vào lò nướng. Nướng xương trong 30 phút. Lật xương và nướng thêm 30 phút nữa.

c) Trong khi nướng xương, cắt nhỏ cà rốt, hành tây và cần tây. Bạn sẽ loại bỏ những thứ này sau nhiều giờ nấu nướng, vì vậy một miếng thịt thô sẽ rất tuyệt!

d) Cho xương nướng, rau xắt nhỏ, lá nguyệt quế, giấm táo và hạt tiêu vào nồi sành 6 lít. Che phủ hoàn toàn bằng nước.

e) Đậy nắp và nấu ở nhiệt độ thấp trong 24 giờ. Thêm nước khi cần thiết để giữ cho tất cả nguyên liệu ngập trong nước và định kỳ hớt bọt trên miệng nồi.

f) Sau 24 giờ, nước dùng sẽ có màu nâu sẫm. Loại bỏ tất cả các chất rắn và lọc nước dùng qua lưới lọc mịn vào một cái bát lớn. Lọc một lần nữa qua vải thưa để loại bỏ bất kỳ hạt còn lại nào nếu muốn.

g) Múc nước hầm xương vào lọ Mason và để nguội ở nhiệt độ phòng. Nước dùng xương có thể được bảo quản trong tủ lạnh đến hai tuần hoặc đông lạnh để sử dụng trong tương lai. Trước khi sử dụng, hãy hớt bỏ lớp mỡ tích tụ trên bề mặt.

29. cay với rau xanh

THÀNH PHẦN:

- 4 ½ chén nước hầm xương
- 1 inch gừng tươi, thái lát
- 1 tép tỏi, đập dập
- ½ muỗng cà phê bột nghệ, để nếm thử
- 2 hoặc 3 hạt tiêu đen
- Nhúm cayenne
- nhúm thì là
- Nhúm thảo quả, tùy chọn
- 2 chén lá xanh đậm xắt nhỏ
- Muối Celtic hoặc hồng Himalaya, sử dụng sau khi phục vụ

HƯỚNG DẪN:

a) Thêm tất cả các thành phần, ngoại trừ rau xanh, vào nồi và đun nhỏ lửa trong vòng 10 đến 15 phút.

b) Lọc chất rắn trong lưới lọc mịn.

c) Thêm rau xanh vào nước dùng và đậy nắp trong 10 phút cho rau xanh mềm như rau bina. Đối với các loại rau xanh nhiều xơ hơn như cải xoăn, chỉ đun nhỏ lửa trong nước dùng từ 10 đến 15 phút.

30. Thịt cừu hầm cay với Daikon

THÀNH PHẦN:

- 2 pound thịt cừu hầm, cắt thành miếng 2 inch
- 3 muỗng canh dầu ô liu siêu nguyên chất
- 5 tép tỏi, bóc vỏ và đập dập
- 2 ớt Thái, thái lát
- ½ ounce củ gừng tươi, thái lát
- ¼ chén rượu Thiệu Hưng hoặc sherry
- 3 muỗng canh nước tương đen
- 2 muỗng canh nước tương nhẹ
- 1 chén nước hầm xương gà
- 1 muỗng canh đường nâu
- 2 muỗng cà phê thì là
- 3 cây hồi
- 12 ounce daikon, bóc vỏ và cắt khối
- 3 muỗng canh bột bắp
- Hành lá xắt nhỏ để trang trí

HƯỚNG DẪN:

a) Trong một cái chảo lớn, đổ nước ngập thịt cừu và đun sôi, khoảng 5 phút. Xả và rửa sạch để làm sạch. Để qua một bên.

b) Rửa sạch cùng một cái chảo và lau khô hoàn toàn hoặc sử dụng lò nướng lớn của Hà Lan. Đun nóng dầu ô liu trên lửa vừa trong khoảng 2 phút; thêm tỏi, ớt và gừng. Xào trong một phút hoặc cho đến khi có mùi thơm.
c) Thêm thịt cừu vào lò Hà Lan; nấu trong 5 phút, khuấy thường xuyên.
d) Thêm rượu Thiệu Hưng hoặc rượu sherry, tiếp theo là nước tương đậm, nước tương nhạt, nước hầm xương gà, đường nâu và thìa là. Thả hoa hồi vào chảo và chuyển sang lửa lớn. Bìa và đun sôi. Vặn lửa xuống thấp, đun nhỏ lửa trong 1 tiếng rưỡi.
e) 45 phút trước khi nấu xong, thêm daikon vào thịt cừu hầm, khuấy đều để phủ nước sốt và tiếp tục đun nhỏ lửa cho đến khi chín.
f) Hòa tan bột ngô trong ¼ cốc nước lạnh và cho vào nồi thịt cừu hầm. Khi nước hầm đặc lại thì tắt bếp.
g) Trang trí với hành lá và dùng với cơm hoặc khoai tây nghiền.

31. Goulash bò xông khói ớt bột

THÀNH PHẦN:

- 2 muỗng canh dầu ô liu
- 2 củ hành vừa, thái lát
- ¼ chén ớt bột Tây Ban Nha xông khói
- 1 muỗng cà phê muối biển
- 1 lon (6-ounce) tương cà chua
- 4 muỗng cà phê tỏi băm
- 1 muỗng cà phê thì là
- 2 muỗng canh bột bắp
- 1 ½ chén nước hầm xương bò
- 1 lá nguyệt quế
- 3 pound thịt bò chuck mắt nướng, tỉa và cắt thành từng miếng
- 1 (10-ounce) gói đậu ngọt đông lạnh
- ½ chén kem chua

HƯỚNG DẪN:

a) Đun nóng dầu trong chảo không dính trên lửa vừa cho đến khi sôi. Thêm hành tây, ớt bột, muối, bột cà chua, tỏi và thì là. Nấu, khuấy thường xuyên cho đến khi hành mềm và có màu nâu nhạt (khoảng 8-10 phút).

b) Khuấy bột bắp. Trộn cho đến khi bột bắp được phân bố đều.

c) Cho nước hầm xương bò vào khuấy đều cho đến khi hỗn hợp đặc lại, vớt bỏ những phần có màu nâu (khoảng 2-3 phút).

d) Chuyển hỗn hợp vào nồi nấu chậm. Thêm lá nguyệt quế. Nêm nhẹ thịt bò với muối và tiêu rồi cho vào nồi nấu chậm. Đậy nắp và nấu ở nhiệt độ thấp trong 8-10 giờ hoặc nhiệt độ cao trong 5-7 giờ.

e) Để chất lỏng nấu ăn lắng xuống trong vài phút và loại bỏ càng nhiều chất béo trên bề mặt càng tốt bằng cách sử dụng một chiếc thìa lớn. Cũng loại bỏ lá nguyệt quế.

f) Dự trữ 1 chén chất lỏng nấu ăn trong một cái bát nhỏ. Thêm đậu Hà Lan và đậy nắp nồi nấu chậm thêm 5 phút nữa.

g) Cho kem chua vào tô nhỏ. Trộn với chất lỏng nấu ăn cho đến khi trộn đều.

h) Sau khi đậu Hà Lan mềm, khuấy hỗn hợp kem chua trở lại nồi nấu chậm. Phục vụ món garu Hungary trên mì trứng, cơm hoặc khoai tây.

GIA CẦM

32. Bát Ramen Gà Và Rau

THÀNH PHẦN:

- 2 pound ức gà không da, có xương
- ½ chén bạc hà tươi xắt nhỏ
- 8-ounce gói bún nấu chín
- ½ chén rau mùi tươi xắt nhỏ
- 6 chén nước dùng gà không ướp muối
- 1 ớt Fresno đỏ, thái lát mỏng
- 3 muỗng canh miso trắng
- ½ muỗng cà phê muối kosher
- ¼ chén hành lá thái mỏng, chỉ lấy phần xanh
- 2 chén bắp cải thái nhỏ đóng gói
- 1 muỗng canh dầu hạt cải
- 1½ cốc cà rốt que diêm
- Gói 8 ounce nấm shiitake tươi thái lát
- 2 muỗng cà phê dầu mè nướng

HƯỚNG DẪN:

a) Trong chảo không dính, đun nóng dầu canola trên lửa vừa.
b) Nấu gà cho đến khi có màu nâu nhạt, khoảng 3 phút mỗi mặt.
c) Đặt gà vào nồi nấu chậm .

d) Thêm nước dùng và miso.

e) Cho bắp cải, cà rốt và nấm vào tô trộn.

f) Nấu, đậy nắp, trong 3 giờ hoặc cho đến khi gà chín.

g) Lấy gà ra khỏi nồi nấu chậm và đặt sang một bên để nguội.

h) Loại bỏ và vứt bỏ xương.

i) Xé thịt gà thành miếng vừa ăn và khuấy vào hỗn hợp nước dùng trong Crockpot.

j) Phân phối mì trong sáu bát.

k) Trên mì, múc hỗn hợp thịt gà và nước dùng.

l) Chia đều các lát hành lá, bạc hà, ngò và ớt.

m) Rưới đều dầu mè lên mỗi khẩu phần.

33. Súp gà-rau Ca-ri-bê

THÀNH PHẦN:

- 1 cái ly Hành xắt nhuyễn
- ½ cốc Cần tây xắt nhỏ
- ½ cốc Ớt chuông đỏ và xanh, thái hạt lựu
- ½ thìa cà phê Húng tây phơi khô
- 1 cái ly Nước
- 2 Lá nguyệt quế
- 1 muỗng cà phê Bột ớt
- ½ thìa cà phê bột cà ri
- ¼ thìa cà phê tiêu xay
- 4½ cốc Nước dùng gà ít natri, đã khử chất béo
- ⅛ muỗng cà phê Hạt tiêu vừa mới nghiền
- 1¼ cân Anh Nửa ức gà không da, rút xương
- ¼ cốc Gạo trắng, đo khô
- 14½ ounce Đậu đen nấu chín, vo sạch, để ráo nước

HƯỚNG DẪN:

a) Kết hợp dầu, cần tây, ớt đỏ hoặc xanh và hành tây trong một cái nồi lớn.
b) Nấu rau trong 5 phút trong khi khuấy thường xuyên ở nhiệt độ cao.
c) Thêm nước, lá nguyệt quế, bột ớt, bột cà ri, cỏ xạ hương, hạt tiêu và hạt tiêu đen trong khi khuấy trong nước dùng.
d) Đun sôi sau khi thêm thịt gà.
e) Đun nhỏ lửa trong 25 phút hoặc cho đến khi gà chín kỹ. Khuấy thường xuyên.
f) Khi gà đủ nguội để xử lý, đặt nó sang một bên.
g) Chặt gà thành miếng vừa ăn sau khi lọc bỏ xương.
h) Thêm đậu và gạo vào nồi.
i) Nấu trong 15 phút, hoặc cho đến khi gạo vừa mềm.
j) Cho thịt gà trở lại nồi, đun nhỏ lửa trong 5 phút.
k) Vứt bỏ lá nguyệt quế.
l) Phục vụ với sữa chua không béo và ớt đỏ xắt nhỏ.

34. Súp súp miễn dịch

THÀNH PHẦN:

- 2 muỗng canh dầu ô liu
- 1½ chén hành tây xắt nhỏ
- 3 cọng cần tây, thái lát mỏng
- 2 củ cà rốt, thái lát mỏng
- 1 pound nấm tăng cường vitamin D thái lát
- 10 tép tỏi, băm nhỏ
- 8 chén nước dùng gà không ướp muối
- 4 nhánh cỏ xạ hương
- 2 lá nguyệt quế
- 15-ounce lon đậu xanh không ướp muối, để ráo nước
- 2 pound ức gà không da, có xương
- 1½ muỗng cà phê muối kosher
- ½ muỗng cà phê ớt đỏ nghiền
- 12 ounce cải xoăn xoăn, bỏ cuống, xé lá

HƯỚNG DẪN:

a) Đun nóng dầu trong lò Hà Lan trên lửa vừa.

b) Thêm hành tây, cần tây và cà rốt; nấu trong 5 phút, thỉnh thoảng khuấy.
c) Nấu trong 3 phút, khuấy thường xuyên với nấm và tỏi.
d) Thêm nước dùng, cỏ xạ hương, lá nguyệt quế và đậu xanh và đun sôi.
e) Thêm thịt gà, muối và ớt đỏ; đậy nắp và nấu trong 25 phút hoặc cho đến khi gà chín.
f) Với hai cái nĩa, cắt nhỏ thịt; bỏ xương.
g) Khuấy thịt gà và cải xoăn; đậy nắp và nấu trong 5 phút.
h) Loại bỏ các nhánh cỏ xạ hương và lá nguyệt quế.

35. nước dùng Tonyu

THÀNH PHẦN:

- 500 g xương gà tây (gãy)
- 1 lít sữa đậu nành
- 20 g gừng (thái lát)
- 1 nhánh tỏi tây (thái nhỏ)
- muối
- 400 ml nước

HƯỚNG DẪN:

a) Lấy một cái chảo lớn và thêm xương gà tây, tỏi tây, gừng và 400 ml nước.
b) Để mọi thứ nấu trong khoảng 15 phút với nắp đóng lại.
c) Mở nắp và đợi cho đến khi nước dùng giảm xuống còn khoảng. 100-150ml.
d) Thêm sữa đậu nành và nấu thêm 10 phút nữa. Cảnh báo: sữa đậu nành dễ cháy.
e) Lọc nước dùng. Cho 235 ml mỗi loại vào tô Súp Nước dùng. Thêm mì ống và toppings như mong muốn.

36. Súp gà và Parmesan

THÀNH PHẦN:

- 2 pound gà nguyên con, cắt miếng
- 3 ounces sữa đầy đủ chất béo
- 1 muỗng cà phê nước cốt chanh tươi
- ½ muỗng cà phê gừng tươi, nạo
- 2 tép tỏi, băm nhỏ
- 4 ounce phô mai, ở nhiệt độ phòng
- 2 củ chuối, bóc vỏ và thái nhỏ
- 1 củ cà rốt, xắt nhỏ
- 2 muỗng canh bơ
- 1 muỗng canh hương thảo khô
- ¼ muỗng cà phê tiêu đen xay
- Muối biển, để hương vị
- 4 chén nước dùng gà , ít natri
- ½ chén phô mai Parmesan, tốt nhất là mới bào
- 1 muỗng canh mùi tây tươi, xắt nhỏ

HƯỚNG DẪN:

a) Trong một bát trộn, cho miếng thịt gà, sữa, nước cốt chanh, gừng và tỏi; để nó ướp trong 1 giờ trong tủ lạnh.
b) Thêm thịt gà cùng với nước xốt vào Instant Pot của bạn. Thêm phô mai, hẹ tây, cà rốt, bơ, lá hương thảo, hạt tiêu đen, muối và nước dùng gà .
c) Cố định nắp. Nhấn nút " Súp canh " và nấu trong 35 phút. Sau khi nấu xong, sử dụng cơ chế xả áp suất nhanh.
d) Lấy gà ra khỏi nước nấu. Bỏ xương và cho gà trở lại Instant Pot.
e) Thêm pho mát Parmesan mới bào vào chất lỏng nấu nóng; khuấy cho đến khi nó tan chảy và mọi thứ được kết hợp tốt. Múc canh ra từng bát, trang trí với mùi tây tươi và thưởng thức!

37. canh tương

THÀNH PHẦN:

- 4 muỗng cà phê dầu dừa
- 2 củ cà rốt vừa (bóc vỏ và xắt nhỏ)
- ½ củ hành tây (bóc vỏ và xắt nhỏ)
- 3 củ hành lá (thái lát)
- 1 quả táo (bỏ lõi, gọt vỏ và cắt thô)
- 2 cọng cần tây (cắt thô)
- 5 tép tỏi (bóc vỏ)
- 5 cái nấm đông cô khô (thái miếng nhỏ)
- 1 con gà nguyên con
- 4 miếng đuôi bò (mỗi miếng khoảng 5 cm)
- 1 quả chanh (làm tư)
- 2,2 lít nước dùng gà ít natri
- 175 ml nước tương
- 4 muỗng canh hạt dashi
- 2 thìa cà phê muối
- ½ muỗng cà phê tiêu trắng
- 1 lá nguyệt quế

HƯỚNG DẪN:

a) Cho dầu dừa, cà rốt, hành tây, táo, cần tây, Knoblauch và Shiitake Pile khô vào soong.
b) Sau đó cho cả con gà, đuôi bò và chanh vào. Đặt lò nướng kiểu Hà Lan trong 8-10 giờ và làm nóng đến 90 ° C. Khi đuôi bò dễ dàng tách ra khỏi xương là xong.
c) Sử dụng một cái muỗng có rãnh để loại bỏ những miếng thô hơn. Lọc phần còn lại trong một cái chảo lớn. Bây giờ bạn sẽ có Nước dùng màu nâu, sáng bóng, nhiều chất béo.
d) Đun sôi súp nước dùng trong nồi. Cho 235 ml Súp Nước dùng vào mỗi bát Súp Nước dùng. Thêm mì ống và toppings như mong muốn.

38. nước dùng Shio

THÀNH PHẦN:

- 1 củ cà rốt vừa (bóc vỏ và xắt nhỏ)
- ½ củ hành tây (bóc vỏ và xắt nhỏ)
- 3 củ hành lá (thái lát)
- ½ quả táo (bỏ lõi, gọt vỏ và cắt thô)
- 1 cọng cần tây (cắt)
- 3 tép tỏi
- 5 cái nấm đông cô tươi
- 120ml dầu dừa
- 1 muỗng cà phê dầu mè
- 3 muỗng canh hạt dashi
- 2 thìa cà phê muối

NƯỚC DÙNG:

- 2 muỗng cà phê bơ không ướp muối (mỗi khẩu phần)
- Nước dùng gà hoặc rau ít natri (235 ml mỗi khẩu phần)
- Mirin (rượu gạo ngọt; 2 muỗng cà phê mỗi phần)
- 1 miếng kombu hình chữ nhật lớn (dài khoảng 25 cm, cắt đại khái)
- Nấm shiitake khô (nghiền nát; 2 nấm mỗi khẩu phần)

HƯỚNG DẪN:

a) Cho cà rốt, hành tây, hành lá, táo, tép tỏi và nấm shiitake tươi vào máy xay thực phẩm và cắt nhỏ mọi thứ cho đến khi tạo thành hỗn hợp sệt.

b) Đun nóng dầu dừa và dầu mè trong một cái chảo vừa trên lửa vừa. Thêm hỗn hợp trái cây và rau củ và nấu trong khoảng 10-12 phút. Sau đó thêm các hạt dashi và muối. Khuấy đều.

c) Đối với nước dùng, cho bơ vào một cái chảo lớn và đặt ở nhiệt độ trung bình. Khi bơ bắt đầu hơi chuyển sang màu nâu và có mùi hạt dẻ, thêm nước dùng gà hoặc rau, mirin, kombu và nấm shiitake khô. Đun sôi.

d) Sau đó giảm nhiệt và để nó sôi trong 15 phút. Sử dụng một cái muỗng có rãnh để loại bỏ những miếng thô hơn. Thêm cơ sở rau và trái cây Shio.

e) Cho 235 ml mỗi loại vào tô Súp Nước dùng. Thêm mì ống và toppings như mong muốn.

39. luộc cải xoăn gà

THÀNH PHẦN:

- 2½ pound thịt gà (chỉ xương
- 1 củ hành tây nhỏ; chưa gọt vỏ và giảm một nửa
- 1 muỗng cà phê lá nguyệt quế khô
- 1 cọng cần tây; cắt thành ba phần
- 1 nhánh cải xoăn tươi
- 8 cốc nước
- Muối và hạt tiêu đen để nếm

HƯỚNG DẪN:

a) Đổ nước vào nồi liền.

b) Cho tất cả nguyên liệu vào nước. Đóng nắp nồi liền và vặn tay cầm xả áp suất về vị trí bịt kín.

c) Chọn chức năng Thủ công; đặt áp suất cao và điều chỉnh hẹn giờ thành 60 phút

d) Khi nó phát ra tiếng bíp; Xả hơi nước tự nhiên trong 10 phút và mở nắp nồi ngay lập tức.

e) Lọc nước dùng đã chuẩn bị qua lưới lọc và loại bỏ tất cả các chất rắn, loại bỏ tất cả các chất béo trên bề mặt và dùng nóng.

40. Phở gà viên

THÀNH PHẦN:

- 3 ½ pound gà thịt/gà chiên, cắt nhỏ và lột da
- 2 trung bình. cà rốt, gọt vỏ và xắt nhỏ
- ½ c. Hành tây, xắt nhỏ
- 2 nhánh cần tây, xắt nhỏ
- 2 ½ muỗng cà phê muối
- 2 muỗng cà phê mảnh mùi tây khô
- ¾ muỗng cà phê lá kinh giới khô
- ½ muỗng cà phê lá húng quế khô
- ¼ muỗng cà phê gia vị gia cầm
- ¼ muỗng cà phê tiêu
- 1 lá nguyệt quế
- 8 c. Nước
- 2 ½ c. mì trứng vừa, chưa nấu chín

HƯỚNG DẪN:

a) Đặt 4 nguyên liệu đầu tiên vào nồi sành theo thứ tự được liệt kê. Kết hợp muối và 6 thành phần tiếp theo rắc lên rau. Thêm 6 cốc nước; đậy nắp và nấu ở chế độ thấp từ 8 đến 10 giờ. Loại bỏ thịt gà và lá nguyệt quế; thêm 2 cốc nước còn lại. Khuấy mì và nấu, đậy nắp, ở nhiệt độ cao trong 20 phút.
b) Trong khi đó, loại bỏ xương khỏi thịt gà và cắt thịt gà thành miếng vừa ăn. Cho vào nồi sành, khuấy đều.
c) Nấu 15 phút ở chế độ cao, đậy nắp hoặc cho đến khi mì mềm.

41. Súp gà tây nam

THÀNH PHẦN:

- 2 muỗng cà phê dầu dừa
- 2 củ hành tây, xắt nhỏ
- 2 tép tỏi, thái nhỏ
- ½ muỗng cà phê gừng tươi nạo
- 2 quả cà chua, xắt nhỏ
- 1 cọng cần tây với lá, xắt nhỏ
- 1 muỗng cà phê húng quế khô
- 1/2 muỗng cà phê hương thảo khô
- 1 lá nguyệt quế
- ¼ thìa cà phê tiêu đen mới xay
- ½ muỗng cà phê hạt tiêu đỏ, nghiền nát
- Muối biển, để hương vị
- 3 cái đùi gà tây
- 4 chén nước dùng rau nướng
- 1/4 chén mùi tây tươi, băm nhỏ

HƯỚNG DẪN:

a) Nhấn nút "Sauté" để làm nóng Instant Pot. Bây giờ, làm nóng dầu. Xào hành tây và tỏi cho đến khi mềm và thơm.

b) Thêm gừng nạo, cà chua, cần tây, húng quế, hương thảo, lá nguyệt quế, hạt tiêu đen, ớt đỏ, muối, đùi gà tây và nước luộc rau.
c) Cố định nắp. Chọn cài đặt "Thủ công" và nấu trong 15 phút ở áp suất Cao. Sau khi nấu xong, hãy sử dụng cơ chế xả áp suất nhanh; cẩn thận tháo nắp.
d) Lấy đùi gà tây ra khỏi Nước dùng ; bỏ xương, xé nhỏ thịt và cho vào Instant Pot.
e) Thêm mùi tây tươi và khuấy đều. Phục vụ trong bát cá nhân. Chúc ngon miệng!

42. Canh chim trĩ nước gạo

THÀNH PHẦN:

- 1 con gà lôi mặc quần áo, cắt miếng
- nước để trang trải

Nước canh:

- 1 tấn nước dùng
- 1 củ cà rốt thái hạt lựu (1/3 đến! c.)
- 2 muỗng canh hành tây thái hạt lựu
- c. cần tây thái hạt lựu
- 1 chén chim trĩ nấu chín thái hạt lựu
- 2 muỗng cơm
- tôi muỗng cà phê muối cần tây
- ! muỗng cà phê muối hoặc nhiều hơn để nếm
- muỗng cà phê tiêu

HƯỚNG DẪN:

a) **Đối với chim trĩ:** Luộc từ 30 đến 40 phút cho đến khi thịt mềm và sẽ ra khỏi xương một cách dễ dàng. Mát mẻ. Lấy thịt ra khỏi xương và lọc lấy nước dùng.

b) **Đối với súp nước dùng :** Kết hợp tất cả các thành phần và đun nhỏ lửa 15 phút. Điều này có thể được thực hiện trước và hâm nóng để phục vụ. Ăn kèm với bánh quy giòn.

43. Nước hầm xương gà

THÀNH PHẦN:

- 1 xương gà
- 6 cốc nước
- ¼ chén giấm táo
- 1 thìa muối biển

HƯỚNG DẪN:

a) Thêm tất cả các thành phần vào nồi ngay lập tức.

b) Đậy nắp nồi và nấu ở chế độ thủ công trong 60 phút.

c) Để áp suất xả tự nhiên trong 10 phút rồi xả bằng phương pháp xả nhanh.

d) Lọc lấy nước dùng và bảo quản.

44. Canh gà cốt dừa

THÀNH PHẦN:

- 2 tép tỏi, băm nhỏ
- 2 muỗng canh dầu thực vật
- 4 muỗng canh bột cà ri
- 3 chén nước luộc gà
- hai lon nước cốt dừa không đường 14 ounce
- 1 ly nước
- 2 nhánh sả, bỏ lá bên ngoài, cắt bỏ phần ngọn và băm nhỏ 5 inch phần thân dưới
- mười lát củ gừng tươi đã gọt vỏ dày ⅛ inch
- 1 muỗng cà phê hạt tiêu đen
- 1 ức gà cả da và xương (khoảng 1 pound)
- ½ pound bún khô (bún gạo)
- 6 muỗng canh nước cốt chanh tươi
- 6 muỗng canh nước mắm châu Á như nước mắm
- ⅓ chén rau mùi tươi xắt nhỏ
- Dầu ớt châu Á để nếm thử nếu muốn

HƯỚNG DẪN:

a) Trong một cái chảo nặng, nấu tỏi trong dầu thực vật ở nhiệt độ thấp vừa phải, khuấy đều cho đến khi có mùi thơm, thêm bột cà ri và nấu hỗn hợp, khuấy đều trong 30 giây. Khuấy nước dùng, nước cốt dừa, nước, sả, gừng và hạt tiêu và đun sôi hỗn hợp. Thêm thịt gà và đun nhỏ lửa trong 20 phút, hoặc cho đến khi chín hẳn. Chuyển thịt gà bằng thìa có rãnh vào một cái bát và để nguội, giữ ấm hỗn hợp săn trộm.

b) Trong khi gà đang nguội, ngâm mì trong nước ấm trong một cái tô lớn, đậy nắp trong 5 phút, để ráo nước và cho vào nồi nước sôi có muối lớn nấu trong 5 phút. Vớt mì ra rổ, xả qua nước lạnh, để ráo nước.

c) Thịt gà lọc bỏ da và xương, xé nhỏ thịt gà rồi cho vào hỗn hợp nước cốt chanh và nước mắm đã luộc chín, khuấy đều. Nấu súp nước dùng trên lửa vừa phải, khuấy đều, cho đến khi nóng, chia mì thành 6 đến 8 bát và múc súp nước dùng lên trên. Rắc rau mùi lên súp và rưới dầu ớt lên trên.

45. gà nấm nước dùng súp

THÀNH PHẦN:

- 2 muỗng canh dầu dừa
- 1 ½ chén hành tây xắt nhỏ
- 3 cọng cần tây, thái lát mỏng
- 2 củ cà rốt lớn, thái lát mỏng
- 1 pound nấm tăng cường vitamin D cắt sẵn
- 10 tép tỏi vừa, băm nhỏ
- 8 chén nước dùng gà không ướp muối
- 4 nhánh cỏ xạ hương
- 2 lá nguyệt quế 1 (15-ounce) lon đậu xanh không ướp muối, để ráo nước
- 2 pound ức gà không da, có xương
- 1 ½ thìa cà phê muối kosher
- ½ thìa cà phê ớt đỏ nghiền
- 12 ounce cải xoăn xoăn, bỏ cuống, xé lá

HƯỚNG DẪN:

a) Trong một lò nướng lớn của Hà Lan, đun nóng dầu trên lửa vừa.

b) Thêm hành tây, cần tây và cà rốt; đun nhỏ lửa trong 5 phút, thỉnh thoảng khuấy. Thêm nấm và tỏi và đun nhỏ lửa trong 3 phút, khuấy thường xuyên.

c) Thêm nước dùng, cỏ xạ hương, lá nguyệt quế và đậu xanh; đun nhỏ lửa. Thêm thịt gà, muối và ớt đỏ; đậy nắp và nấu trong khoảng 25 phút hoặc cho đến khi gà chín.

d) Lấy gà ra khỏi lò Hà Lan và để nguội một chút. Với 2 cái nĩa, cắt nhỏ thịt; bỏ xương.

e) Khuấy thịt gà và cải xoăn; đậy nắp và nấu trong 5 phút hoặc cho đến khi cải xoăn vừa đủ mềm.

f) Loại bỏ lá nguyệt quế và nhánh cỏ xạ hương.

g) Phục vụ.

46. Gà với nước dùng thảo mộc

THÀNH PHẦN:

- 2½ pound xương gà
- 1 củ hành tây nhỏ; chưa gọt vỏ và giảm một nửa
- 1 muỗng cà phê lá nguyệt quế khô
- 1 nhánh mùi tây tươi
- ½ muỗng cà phê tiêu đen nguyên hạt
- ¼ muỗng cà phê oregano
- ¼ muỗng cà phê húng quế khô
- 8 cốc nước
- 1 muỗng cà phê muối biển

HƯỚNG DẪN:

a) Đổ nước vào nồi liền.

b) Cho tất cả nguyên liệu vào nước

c) Đóng nắp nồi liền và vặn tay cầm xả áp suất về vị trí bịt kín.

d) Chọn chức năng Thủ công; đặt áp suất cao và điều chỉnh hẹn giờ thành 60 phút

e) Khi nó phát ra tiếng bíp; Xả hơi nước tự nhiên trong 10 phút và mở nắp nồi ngay lập tức.

f) Lọc nước dùng đã chuẩn bị qua lưới lọc và loại bỏ tất cả các chất rắn, loại bỏ tất cả các chất béo trên bề mặt và dùng nóng.

47. Ớt gà trong nước cốt dừa

THÀNH PHẦN:

- 1 pound thịt gà không xương và không da, thái khối
- 1 muỗng canh ớt đỏ sambal
- 3 muỗng canh ghee
- ½ muỗng cà phê hạt mù tạt
- 8 lá cà ri tươi
- 2 muỗng cà phê gừng-tỏi dán
- 2 quả cà chua nhỏ, xắt nhỏ
- ½ muỗng cà phê bột nghệ
- Muối ăn, để nếm
- Nước, khi cần thiết
- Nước cốt dừa, để trang trí

HƯỚNG DẪN:

a) Trong một cái bát, kết hợp thịt gà và sambal. Đặt sang một bên trong 15 phút.

b) H ăn ghee trong chảo cỡ vừa. Thêm hạt mù tạt; khi chúng bắt đầu sủi bọt, thêm lá cà ri, bột gừng và cà chua.

c) Xào khoảng 8 phút rồi cho nghệ và muối vào khuấy đều. Thêm khoảng 1 cốc nước và nấu, không đậy nắp, trong 10 phút.
d) Thêm gà (cùng với tất cả ớt đỏ) và nấu trên lửa vừa cho đến khi gà chín, khoảng 5 phút.
e) Trang trí với nước cốt dừa và dùng nóng.

48. Súp gà rau củ cầu vồng

THÀNH PHẦN:

- 2 muỗng canh dầu ô liu
- 1 pound đùi gà
- 1 củ hành vàng, xắt nhỏ
- 2 tép tỏi, băm nhỏ
- 1 quả ớt chuông đỏ, bỏ hạt và thái lát
- 1 quả ớt chuông xanh, bỏ hạt và thái lát
- 1 quả ớt chuông màu cam, bỏ hạt và thái lát
- 1 củ cà rốt, thái lát mỏng
- 1 củ cải, thái lát mỏng
- ¼ chén rượu vang hồng
- Muối biển và hạt tiêu đen xay theo ý thích của bạn
- ½ muỗng cà phê thì là khô
- ½ muỗng cà phê oregano khô
- 1 muỗng canh nước dùng gà
- 4 chén nước

HƯỚNG DẪN:

a) Nhấn nút "Sauté" để làm nóng Instant Pot của bạn; bây giờ, đun nóng dầu cho đến khi nóng hổi. Sau đó, xào hành tây và tỏi cho đến khi mềm và thơm.

b) Thêm ớt, cà rốt và rau mùi tây; nấu thêm 3 phút hoặc cho đến khi rau mềm. Thêm một chút rượu vang hồng để làm sạch đáy Instant Pot của bạn.

c) Sau đó, khuấy trong các thành phần còn lại ; khuấy đều để kết hợp tốt.

d) Cố định nắp. Chọn chế độ " Súp canh " và Áp suất cao; nấu trong 20 phút. Sau khi nấu xong, sử dụng cơ chế xả áp suất nhanh. Cẩn thận tháo nắp.

e) Vớt cánh gà ra khỏi nước nấu; bỏ xương và băm nhỏ thịt.

f) Cho thịt gà trở lại Instant Pot, đảo đều và dùng nóng. Chúc ngon miệng!

49. Súp gà nóng hổi

THÀNH PHẦN:

- 2 muỗng canh dầu hạt nho
- 2 củ chuối, xắt nhỏ
- 4 tép tỏi, băm nhỏ
- 1 chén nấm Cremini, thái lát
- 2 quả ớt chuông, bỏ hạt và thái lát
- 1 hạt tiêu serrano, hạt và thái lát
- 2 quả cà chua chín, xay nhuyễn
- 1 muỗng cà phê bột porcini
- 2 muỗng canh rượu trắng khô
- Muối biển và hạt tiêu đen xay theo ý thích của bạn
- 1 muỗng cà phê húng quế khô
- ½ muỗng cà phê thì là khô
- 5 chén nước dùng, tốt nhất là tự làm
- 4 cánh gà

HƯỚNG DẪN:

a) Nhấn nút "Sauté" và đun nóng dầu. Sau khi nóng, xào hẹ tây cho đến khi mềm và thơm.

b) Thêm tỏi, nấm và ớt; nấu thêm 3 phút hoặc cho đến khi mềm.
c) Bây giờ, khuấy cà chua, bột porcini, rượu vang trắng, muối và hạt tiêu đen. Thêm các thành phần còn lại và khuấy để kết hợp.
d) Cố định nắp. Chọn chế độ "Thủ công" và Áp suất cao; nấu trong 18 phút. Sau khi nấu xong, sử dụng cơ chế xả áp suất nhanh.
e) Đảm bảo xả hết hơi nước còn lại và cẩn thận tháo nắp. Lấy cánh gà ra khỏi Instant Pot. Bỏ xương và băm nhỏ thịt.
f) Cho thịt gà trở lại Instant Pot. Múc ra từng bát, dùng nóng. Chúc ngon miệng!

50. Carnitas gà lười

THÀNH PHẦN:

- 3 pound gà nguyên con, cắt miếng
- 3 tép tỏi, ép
- 1 quả ớt guajillo, băm nhỏ
- 1 muỗng canh dầu bơ
- ⅓ chén nước luộc rau củ
- Muối biển, để hương vị
- ½ muỗng cà phê lá nguyệt quế
- ⅓ muỗng cà phê ớt cayenne
- ½ muỗng cà phê ớt bột
- ⅓ muỗng cà phê tiêu đen
- 1 cốc crème fraiche, để phục vụ
- 2 muỗng canh rau mùi tươi, xắt nhỏ

HƯỚNG DẪN:

a) Cho tất cả các nguyên liệu trên , ngoại trừ kem tươi và rau mùi tươi, vào Instant Pot.

b) Cố định nắp. Chọn cài đặt "Gia cầm" và nấu trong 15 phút. Sau khi nấu xong, hãy sử dụng cơ chế xả áp suất nhanh; cẩn thận tháo nắp.

c) Xé thịt gà bằng hai nĩa và loại bỏ xương. Thêm một ít kem tươi vào mỗi khẩu phần và trang trí với rau mùi tươi. Thưởng thức!

51. nước dùng gà tây

THÀNH PHẦN:

- 5 pound xương / khung gà tây, rửa sạch dưới nước lạnh
- 1 gallon nước lạnh
- 12 ounce mirepoix
- Gói (1 lá nguyệt quế, 2 nhánh cỏ xạ hương tươi, 5 hạt tiêu đen nguyên hạt và 3 nhánh rau mùi tây, tất cả được bọc trong vải thưa và buộc bằng dây bện)

HƯỚNG DẪN:

a) Đặt xương gà tây vào nồi nước dùng và đậy bằng nước lạnh. Đun nhỏ lửa. Khi các tạp chất bắt đầu nổi lên bề mặt, hãy hớt chúng ra và loại bỏ.

b) Thêm gói và mirepoix vào nồi nước dùng . Nấu dưới lửa nhỏ trong 3-6 giờ, hớt bọt thường xuyên. Không cho phép đun sôi.

c) Chuẩn bị một cái rây có mắt lưới từ trung bình đến mịn đặt trên một cái bát hoặc hộp đựng bằng thép không gỉ.

d) Múc nước dùng qua nắp Trung Quốc hoặc chinois để

e) Để làm nguội Nước dùng nhanh chóng, hãy đổ đầy nước đá vào bồn rửa và đặt hộp chứa Nước dùng đã lọc vào trong chậu nước đá. Bảo quản trong tủ lạnh cho đến khi tất cả chất béo còn lại đông lại trên bề mặt.

f) Nhấc hoặc hớt chất béo ra khỏi Nước dùng lạnh .

g) Sử dụng Nước dùng làm cơ sở cho nước xốt, Súp Nước dùng hoặc trong món nhồi của bạn .

52. Bisque cà chua dừa Thái Lan

THÀNH PHẦN:

- 1 muỗng canh dầu dừa
- ½ củ hành vừa, xắt nhỏ
- 2 tép tỏi, băm nhỏ
- 2 muỗng cà phê gừng, nạo
- 1 muỗng cà phê sả, nghiền nát
- 2 (14 ounce) lon cà chua thái hạt lựu
- 1 (14 ounce) lon nước sốt cà chua
- 2 ½ chén nước hầm xương gà
- 1 (14 ounce) lon nước cốt dừa béo không đường
- 1 muỗng cà phê gia vị garam masala
- ½ muỗng cà phê bột nghệ
- ¼ muỗng cà phê hạt nhục đậu khấu
- Muối biển và hạt tiêu đen mới xay để nếm

HƯỚNG DẪN:

a) Đun nóng dầu dừa trong một nồi lớn trên lửa vừa cao. Cho hành, tỏi, gừng, sả vào phi thơm với dầu ăn. Xào trong 1 đến 2 phút hoặc cho đến khi hành tây mềm và trong.
b) Thêm cà chua thái hạt lựu, sốt cà chua và nước dùng. Khi hỗn hợp sôi, giảm nhiệt xuống thấp. Thêm các thành phần còn lại, khuấy đều, đậy nắp và đun nhỏ lửa trong 15 phút.
c) Chuyển nội dung vào một bộ xử lý thực phẩm và trộn cho đến khi một chiếc bánh quy mịn đẹp. Phục vụ nóng.

53. Súp lơ Vichyssoise

THÀNH PHẦN:

- 2 muỗng canh ghee
- 1 tép tỏi, băm nhỏ
- 2 tỏi tây, cắt thành hình tròn mỏng
- 4 cốc (1 lít) Nước hầm xương gà
- ½ chén nước cốt dừa béo đóng hộp
- 3 chén hoa súp lơ
- ½ muỗng cà phê húng tây
- 1 muỗng cà phê muối Celtic hoặc hồng Himalaya
- ½ muỗng cà phê tiêu đen
- ½ muỗng cà phê dong riềng pha với 1 muỗng canh nước

HƯỚNG DẪN:

a) Làm tan chảy ghee trong một ấm đun nước lớn ở nhiệt độ trung bình cao. Thêm tỏi và tỏi tây và giảm nhiệt xuống mức trung bình thấp. Xào từ 6 đến 8 phút cho mềm.

b) Nâng nhiệt lên mức trung bình cao và thêm nước dùng, nước cốt dừa, súp lơ, cỏ xạ hương, muối và hạt tiêu. Khi Nước súp bắt đầu sôi, giảm nhiệt xuống mức trung bình thấp và đun nhỏ lửa trong 15 đến 20 phút cho đến khi súp lơ chín hẳn.

c) Xay nhuyễn bằng máy xay cầm tay, máy xay sinh tố hoặc máy xay thực phẩm cho đến khi mịn và có dạng kem. Quay trở lại ấm đun nước và thêm dong riềng. Đun nhỏ lửa cho đến khi Nước dùng Súp đặc lại, thêm nhiều dong riềng nếu muốn Nước dùng Súp đặc hơn.

54. Nước hầm xương gà gừng

THÀNH PHẦN:

- 2 cân xương gà
- 1 củ hành vàng hoặc trắng, xắt nhỏ
- 2 lạng gừng tươi, thái lát
- 2 muỗng canh giấm táo
- 1 muỗng canh hạt tiêu
- 2 lá nguyệt quế
- 8-10 cốc nước

HƯỚNG DẪN:

a) Đặt xương gà và tất cả các thành phần còn lại vào nồi nấu chậm và đậy bằng nước.

b) Đậy nắp và nấu ở nhiệt độ thấp trong 12-18 giờ.

c) Loại bỏ tất cả các chất rắn và lọc nước dùng xương qua lưới lọc mịn vào một cái bát lớn. Lọc một lần nữa qua vải thưa để loại bỏ bất kỳ hạt còn lại nào nếu muốn.

d) Múc vào lọ kín khí và bảo quản trong tủ lạnh tối đa hai tuần hoặc đóng băng để sử dụng trong tương lai.

NẤU VỚI NƯỚC NGỌT

55. Nước dùng Salad Quinoa

THÀNH PHẦN:

- 2 chén quinoa chưa nấu chín
- 3 ½ chén nước hầm xương gà
- 1 hỗn hợp mùa xuân gói 5 ounce
- 1 pint cà chua bi, giảm một nửa
- ¼ chén dầu ôliu nguyên chất
- muối Kosher để hương vị
- Hạt tiêu đen mới xay để nếm
- Nước cốt của 1 quả chanh

HƯỚNG DẪN:

a) Rửa sạch quinoa dưới vòi nước lạnh.

b) Chuyển quinoa đã làm sạch vào một cái chảo lớn, thêm nước hầm xương và đun sôi. Chuyển nhiệt xuống thấp và để lửa nhỏ trong 15-25 phút cho đến khi quinoa mềm và tất cả chất lỏng đã được hấp thụ.

c) Sau khi quinoa được nấu chín, tắt bếp và để nguội hoàn toàn.

d) Trong một cái bát lớn hoặc trong cùng một cái chảo, thêm hỗn hợp mùa xuân, cà chua bi, dầu ô liu, muối, hạt tiêu và nước cốt chanh. Trộn cho đến khi tất cả các thành phần được kết hợp. Thưởng thức!

56. Couscous rau củ nướng Chipotle

THÀNH PHẦN:

- 12 ounces hỗn hợp rau xào châu Á đông lạnh (bông cải xanh, bắp non, nấm, cà rốt, đậu xanh)
- 2 muỗng canh dầu ô liu nguyên chất, chia
- ½ chén hành tím, thái hạt lựu
- 1 chén hạt ngô đông lạnh
- 1 chén nước hầm xương gà
- Muối và hạt tiêu cho vừa ăn
- 2 muỗng cà phê sốt Chipotle Adobo
- ¾ chén couscous thường
- ½ muỗng cà phê vỏ chanh
- 2 thìa nước cốt chanh

HƯỚNG DẪN:

a) Làm nóng lò ở nhiệt độ 425°F. Cho rau củ vào lò vi sóng ở nhiệt độ cao trong 5 phút. Sau đó cắt thành từng miếng nhỏ. Đặt trên khay nướng; áo với 1 muỗng canh dầu. Nướng 10-12 phút, khuấy một lần giữa chừng hoặc cho đến khi có màu nâu nhạt.

b) Làm nóng trước một cái chảo vừa ở nhiệt độ trung bình cao trong 1–2 phút. Cho 1 muỗng canh dầu còn lại vào chảo, sau đó thêm hành tây và ngô; nấu và khuấy 2-3 phút hoặc cho đến khi hành mềm. Cho nước hầm xương gà vào, nêm ½ thìa muối biển và tiêu, thêm sốt Chipotle Adobo; đun sôi.

c) Lấy chảo ra khỏi bếp; khuấy trong couscous, đậy nắp và để yên trong 5 phút. Trong khi đó, bào vỏ/nạo vỏ chanh và vắt chanh lấy nước cốt (2 muỗng canh).

d) Fluffy couscous với một cái nĩa; cho vào (khuấy nhẹ) rau củ đã rang, vỏ và nước trái cây. Thưởng thức!

57. Cải xanh miền Nam

THÀNH PHẦN:

- 4 lát thịt xông khói, cắt thành miếng ¼-inch
- 1 củ hành ngọt vừa, thái hạt lựu
- Muối kosher
- 3 tép tỏi, băm nhỏ
- 6 chén nước hầm xương gà
- 2 bó rau cải xanh tươi, bỏ cuống và xắt nhỏ
- Hạt tiêu vừa mới nghiền

HƯỚNG DẪN:

a) Điều chỉnh giá đỡ lò nướng ở vị trí thấp hơn ở giữa và làm nóng lò nướng ở nhiệt độ 350°F.

b) Nấu thịt xông khói trong lò nướng lớn của Hà Lan ở nhiệt độ trung bình cao trong khoảng 2 phút cho đến khi chất béo bắt đầu chảy ra.

c) Khuấy hành tây và một chút muối. Nấu cho đến khi hành mềm, khoảng 5-7 phút. Thêm tỏi và khuấy trong 30 giây.

d) Thêm nước dùng xương và đun nhỏ lửa. Thêm rau xanh, từng ít một, cho đến khi héo.
e) Đậy nắp và đặt nồi vào lò nướng. Nấu trong 45 phút hoặc cho đến khi rau xanh mềm. Lấy ra khỏi lò. Nêm thêm muối và hạt tiêu đen. Ăn với nước sốt nóng.

58. Canh cải xanh hấp

THÀNH PHẦN:

- 1 pound bông cải xanh (khoảng 2 đầu)
- 2 muỗng canh dầu dừa
- 2 muỗng cà phê tỏi băm
- ¼ chén nước hầm xương gà
- ¾ muỗng cà phê muối biển hoặc nhiều hơn nếu muốn
- 1 muỗng canh aminos dừa (tùy chọn)

HƯỚNG DẪN:

a) Sơ chế bông cải xanh bằng cách bỏ cuống và cắt thành bông nếu dùng đầu bông cải xanh. Để qua một bên.

b) Trong một cái chảo lớn (có nắp đậy), đun nóng dầu dừa trên lửa vừa trong khoảng 5 phút. (Có thể mất ít thời gian hơn để dầu nóng lên trên bếp ga.)

c) Thêm tỏi và khuấy cho đến khi có mùi thơm, khoảng 30 giây.

d) Cho bông cải xanh vào chảo, sau đó thêm muối và xào trong khoảng một phút.

e) Đổ nước hoặc nước dùng lên bông cải xanh và đậy nắp để hấp trong 5 phút hoặc cho đến khi bông cải xanh mềm.

f) Tùy chọn, khuấy trong một muỗng canh aminos dừa để thêm một chút hương vị umami. Thưởng thức!

59. Nước luộc trứng chết đuối

THÀNH PHẦN:

- 8 cà chua Roma, nướng
- 1 chén rau mùi tươi, đóng gói chắc chắn
- 3 tép tỏi
- 1 hạt tiêu habanero (tùy chọn)
- ½ chén hành trắng, thái lát mỏng
- ½ chén nước hầm xương gà
- muối để hương vị
- 6 quả trứng
- Hạt tiêu vừa mới nghiền

HƯỚNG DẪN:

a) Làm nóng lò ở 350°F. Nướng cà chua Roma trong 10 phút. Trong khi chờ đợi, chuẩn bị các thành phần khác.

b) Khi cà chua chín, cắt làm tư. Kết hợp tất cả các thành phần trong bộ xử lý thực phẩm hoặc máy xay sinh tố của bạn. Thêm một chút muối. Cắt xung cho đến khi không còn miếng lớn. Bạn vừa làm một món salsa tuyệt vời!

c) Múc 2 cốc salsa vào chảo chống dính lớn. Đập và thả 6 quả trứng vào salsa. Đừng chồng lên nhau những quả trứng.
d) Đậy nắp và đun sôi (khoảng 5 phút). Hạ nhiệt xuống mức trung bình và đun thêm 3-5 phút nữa tùy thuộc vào mức độ bạn muốn trứng chín.
e) Rắc hạt tiêu đen mới xay và trang trí bằng lá ngò. Phục vụ!

60. Trứng Hấp Nước Xương

THÀNH PHẦN:

- 3 quả trứng
- 1 chén nước hầm xương gà
- 1 muỗng canh nước cốt dừa hoặc nước tương
- Hành lá xắt nhỏ để trang trí

HƯỚNG DẪN:

a) Đánh trứng trong một cái bát an toàn hơi vừa. Thêm nước dùng xương gà và nước cốt dừa. Kết hợp tốt.

b) Thêm một ít nước vào nồi lớn hơn bát. Đặt bát vào trong xoong, để nước ngập 1 inch bên ngoài bát.

c) Che và biến nhiệt thành cao. Hấp trong 8 phút, không quấy rầy. Kiểm tra xem trứng đã đông lại chưa. Nếu chúng vẫn còn nước, hãy nấu thêm 2-5 phút.

d) Cẩn thận lấy trứng hấp ra khỏi chảo bằng găng tay lò nướng. Rắc hành lá xắt nhỏ. Thưởng thức!

61. Trứng hấp nghêu nước hầm xương

THÀNH PHẦN:

- 1 chén nước hầm xương gà
- 3 quả trứng
- 1 muỗng canh nước cốt dừa hoặc nước tương
- 2 muỗng canh rượu Thiệu Hưng hoặc sherry
- 8-10 con nghêu
- Hành lá xắt nhỏ để trang trí

HƯỚNG DẪN:

a) Trong một cái chảo vừa, thêm nước dùng xương gà và rượu nấu ăn. Đun sôi, sau đó thêm nghêu. Đậy nắp để nấu khoảng 5 phút. Tại thời điểm này, nghêu sẽ bắt đầu mở ra.

b) Loại bỏ nghêu và đặt sang một bên. Để chất lỏng nấu nguội hoàn toàn.

c) Đánh trứng trong một cái bát an toàn hơi vừa. Cho nước nấu nghêu và nước cốt dừa vào khuấy đều. Kết hợp tốt. Cho nghêu vào hỗn hợp trứng.

d) Sử dụng cùng một cái chảo, thêm nước như tôi. Đặt bát hỗn hợp trứng vào bên trong, để nước ngập 1 inch bên ngoài bát.
e) Che và biến nhiệt thành cao. Hấp trong 8 phút, không quấy rầy. Kiểm tra xem trứng đã đông lại chưa. Nếu nó vẫn còn nước, hãy thêm thời gian nấu 2-5 phút.
f) Cẩn thận lấy trứng hấp ra khỏi chảo bằng găng tay lò nướng. Trang trí với hành lá xắt nhỏ. Thưởng thức!

62. Đậu phụ Mapo không chứa gluten

THÀNH PHẦN:

- 1 (16-ounce) khối đậu phụ mềm
- 4 ounce thịt bò xay hoặc thịt lợn xay
- 1 muỗng cà phê dầu mè
- 2 muỗng cà phê rượu Thiệu Hưng hoặc sherry khô
- 1 muỗng cà phê bột bắp
- ½ muỗng cà phê muối biển
- 3 muỗng canh dầu thực vật, chia
- 1 muỗng canh gừng băm
- 2 muỗng cà phê tỏi băm
- 1 ½ chén nước hầm xương bò
- 1 ½ muỗng canh dầu ớt nóng với tiêu rắn
- ½ muỗng cà phê hạt tiêu Tứ Xuyên nghiền mịn (hay còn gọi là hạt tiêu gây tê)
- 1 muỗng canh bột bắp, hòa tan trong 2 muỗng canh nước lạnh
- ½ muỗng cà phê đường nâu

- Muối và hạt tiêu để nếm (tốt nhất là hạt tiêu Tứ Xuyên nghiền mịn)
- Hành lá xắt nhỏ để trang trí

HƯỚNG DẪN:

a) Cắt đậu phụ thành khối nửa inch.

b) Trong một cái chảo vừa, đun sôi một lượng lớn nước muối và nhẹ nhàng đặt đậu phụ vào nước sôi. Để nó nấu trong 2 phút. Làm khô hạn.

c) Kết hợp thịt bò hoặc thịt lợn xay, dầu mè, rượu, 1 thìa cà phê bột bắp (hòa tan trong 2 thìa canh nước lạnh) và ½ thìa cà phê muối trong một bát vừa. Trộn đều.

d) Trong một cái chảo lớn hoặc chảo xào, làm nóng 1 muỗng canh dầu trên lửa vừa trong khoảng 1 phút. Chiên thịt đã tẩm gia vị trong dầu, dùng thìa cắt thành từng miếng nhỏ, khoảng 4-5 phút. Chuyển thịt vào cùng một bát mà bạn sử dụng để ướp thịt và đặt sang một bên.

e) Thêm 2 muỗng canh dầu khác vào cùng một cái chảo. Giữ lửa vừa. Thêm gừng và tỏi, nấu cho đến khi có mùi thơm, khoảng 1 phút.

f) Đổ nước dùng vào chảo. Vặn lửa to và đun sôi nước dùng.

g) Thêm đậu phụ viên, thịt bò, dầu ớt nóng với hạt tiêu và hạt tiêu Tứ Xuyên vào nước dùng. Lắc chảo để phân phối nước sốt, sử dụng thìa gỗ để đẩy đậu phụ nhẹ nhàng. Giảm nhiệt để đun nhỏ lửa trong 6-8 phút.

h) Trong lúc đó, hòa tan 1 muỗng canh bột bắp với 2 muỗng canh nước lạnh.

i) Rưới hỗn hợp bột bắp vào hỗn hợp đậu phụ. Từ từ đẩy nó trở lại, thêm đường nâu và tiếp tục đun nhỏ lửa đậu phụ trong nước sốt cho đến khi nó đặc lại, khoảng 2 phút. Hương vị và thêm muối nếu muốn.

j) Món ăn, rắc tiêu Tứ Xuyên xay mịn hoặc tiêu đen xay, trang trí với hành lá xắt nhỏ và dùng với cơm.

63. Tex-Mex Chili Con Queso

THÀNH PHẦN:

- 1 muỗng canh dầu ô liu siêu nguyên chất
- ½ chén hành vàng thái nhỏ
- 2 tép tỏi, băm nhỏ
- 1 jalapeño, thái nhỏ
- 1 muỗng cà phê thì là
- ½ muỗng cà phê muối
- 2 muỗng canh bột bắp
- 1 chén nước hầm xương gà
- 8 đĩa đơn phô mai Mỹ, cắt nhỏ
- 1 chén cà chua thái hạt lựu
- Rau mùi tươi để trang trí (tùy chọn)

HƯỚNG DẪN:

a) Trong chảo gang hoặc chảo vừa, đun nóng dầu trên lửa vừa và xào hành tây, tỏi và ớt jalapeño (nếu dùng tươi) với thì là, muối và bột ngô trong 2 đến 3 phút, cho đến khi hành tây có màu trong . .

b) Thêm nước dùng và nấu trong 3 đến 4 phút. Khuấy liên tục, để nước sốt đặc lại.
c) Thêm phô mai và cà chua. Cẩn thận đun queso trên lửa nhỏ trong 3 đến 5 phút. Khuấy và điều chỉnh độ dày của nó cho phù hợp với khẩu vị của bạn bằng cách thêm nước dùng hoặc phô mai.
d) Ăn nóng với bánh tortilla.

64. Tỏi Thổ Nhĩ Kỳ Enchiladas

THÀNH PHẦN:

ĐỐI VỚI VIỆC ĐIỀN ENCHILADA:

- 1 muỗng canh bơ không ướp muối
- 1 củ hành vừa, xắt nhỏ
- 4 chén gà tây nấu chín, thái hạt lựu
- 2 muỗng canh bột mì đa dụng
- 1 thìa ớt bột
- 1 muỗng cà phê muối biển
- 1 muỗng cà phê bột tỏi
- ½ thìa cà phê thì là
- ¼ muỗng cà phê cây xô thơm
- 1 (14,5-oz) lon cà chua hầm

ĐỐI VỚI SỐT ENCHILADA:

- 6 tép tỏi, băm nhỏ
- ¼ chén bơ không ướp muối
- ½ chén bột mì đa dụng
- 2 chén Nước hầm xương gà (1 thùng)
- 1 (15-oz) lon nước sốt cà chua

- 2 thìa ớt bột
- 2 muỗng cà phê thì là
- 1 muỗng cà phê cây xô thơm
- ½ muỗng cà phê muối biển
- 1 ít bột tỏi

ĐỂ LẮP RÁP:

- 10 bánh tortillas lớn
- 2 chén phô mai trộn Mexico
- rau mùi tươi để trang trí

HƯỚNG DẪN:

a) Làm nhân enchilada trước. Đun chảy bơ trong chảo lớn trên lửa vừa và cao. Thêm hành tây và nấu cho đến khi có mùi thơm, khoảng 1 phút. Thêm gà tây, tiếp theo là bột mì và tất cả các loại gia vị để làm nhân. Trộn đều.

b) Khuấy cà chua và nước ép của họ. Dùng kéo cắt cà chua thành từng miếng nhỏ. Đun sôi, sau đó giảm nhiệt xuống mức trung bình thấp. Đun nhỏ lửa trong 15 phút.

c) Trong khi nhân đang sôi, làm nước sốt enchilada. Trong một cái chảo nhỏ, thêm tỏi và bơ. Nấu trên lửa vừa cho đến khi bơ ngấm và tan chảy. Khuấy bột cho đến khi trộn. Dần dần khuấy trong nước dùng, khuấy liên tục.

d) Đun sôi nước sốt. Khuấy nước sốt cà chua và tất cả các gia vị. Nấu cho đến khi sủi bọt. Loại bỏ nhiệt.

e) Bây giờ, làm nóng lò nướng đến 350 ° F.

f) Để lắp ráp, đổ 1 ½ cốc nước sốt enchilada vào đĩa nướng 13 × 9 inch và phết lên đáy đĩa.

g) Đặt một chiếc bánh tortilla lên một mặt phẳng, đặt khoảng ¼ chén hỗn hợp gà tây vào giữa bánh tortilla và phủ 1-2 muỗng canh phô mai lên trên. Cuộn chặt lại và đặt mặt đường may xuống trên nước sốt trong đĩa nướng. Lặp lại với bánh ngô còn lại.

h) Cho phần nước sốt còn lại lên trên enchiladas. Đậy bằng giấy bạc và nướng trong 30-35 phút.

i) Rắc phô mai còn lại và nướng thêm 10-15 phút nữa, không đậy nắp, cho đến khi phô mai tan chảy. Trang trí với rau mùi tươi và ăn kèm với bơ. Thưởng thức!

65. Thổ Nhĩ Kỳ Pot Pie

THÀNH PHẦN:

- 3 muỗng canh bơ
- 1 chén khoai tây, thái hạt lựu
- 1 chén hành tây, thái hạt lựu
- 1 chén cần tây, thái hạt lựu
- 1 chén cà rốt, thái hạt lựu
- Muối và hạt tiêu cho vừa ăn
- 1 muỗng canh lá húng tây tươi, băm nhỏ
- ½ chén bột mì đa dụng
- 1 chén nước dùng xương gà tây hoặc nước dùng xương gà
- 1 ly sữa
- 2 chén gà tây, nấu chín và cắt nhỏ
- 1 vỏ bánh

HƯỚNG DẪN:

a) Làm nóng lò ở 400°F.

b) Trong một chảo chống dính lớn, làm tan chảy bơ trên lửa vừa và cao. Thêm khoai tây, hành tây, cần tây và cà rốt vào chảo. Thêm một chút muối và hạt tiêu cho vừa ăn. Xào khoảng 10 phút hoặc cho đến khi rau mềm. Khuấy lá húng tây trong khi nấu ăn.

c) Rắc bột vào chảo. Nấu thêm một phút, khuấy liên tục. Dần dần khuấy trong nước dùng và sữa. Giảm nhiệt xuống mức trung bình và nấu cho đến khi hỗn hợp đặc lại và sủi bọt, khuấy liên tục.

d) Thêm gà tây và khuấy đều.

e) Đổ hỗn hợp vào đĩa bánh 9 inch và phủ lớp vỏ bánh lên trên. Cắt bỏ lớp vỏ thừa dọc theo mép đĩa bánh của bạn. Cắt các khe ở giữa để hơi nước thoát ra ngoài.

f) Nướng bánh trong 40-50 phút hoặc cho đến khi bánh có màu vàng nâu và phần nhân sủi bọt và chín đều.

66. One-Pot Thổ Nhĩ Kỳ Chili Mac

THÀNH PHẦN:

- 1 muỗng canh dầu dừa
- 1 pound gà tây xay
- ½ thìa cà phê muối kosher
- ¼ chén hành tây, thái hạt lựu
- 2 cọng cần tây, thái hạt lựu
- ½ chén ớt chuông, thái hạt lựu
- 4 chén Nước hầm xương gà (2 hộp)
- 1 (16-oz) lọ salsa đặc và dày vừa phải
- 1 (15-16 oz) lon đậu đỏ giảm natri, để ráo nước
- 1 (1,25-oz) gói hỗn hợp gia vị ớt
- 8 ounce mì ống khuỷu tay
- 2 ounce phô mai cheddar, thái hạt lựu
- 1 (8-oz) lon nước sốt cà chua không thêm muối
- Lá mùi tây để trang trí

HƯỚNG DẪN:

a) Đun nóng dầu trong một cái chảo lớn ở nhiệt độ trung bình cao. Đặt gà tây xay vào chảo và nêm muối. Nấu 3-4 phút, dùng thìa để nghiền nát thịt.
b) Cho hành tây, cần tây và ớt chuông vào xào thêm 2 phút nữa cho đến khi gà tây chín. Thêm nước dùng, salsa, đậu và hỗn hợp gia vị. Đun sôi.
c) Khuấy mì ống; nấu trong 8 phút, thỉnh thoảng khuấy. Trong khi đó, cắt phô mai thành khối nhỏ. Khuấy nước sốt cà chua và nấu thêm 1 phút nữa. Phục vụ ớt với pho mát và rau mùi tây.

67. Cà ri gà nấu chậm

THÀNH PHẦN:

- 4 pound đùi gà rút xương, bỏ da và cắt mỡ
- Muối và tiêu
- ¼ chén bột bắp

ĐỐI VỚI SỐT CÀ RI:

- 3 muỗng canh dầu dừa
- 3 muỗng canh bột cà ri nhẹ hoặc ngọt
- 1 muỗng cà phê garam masala
- 1 muỗng canh bột nghệ
- 2 củ hành trắng vừa, xắt nhỏ
- 1 hạt tiêu jalapeño, bỏ hạt và băm nhỏ
- 4 tép tỏi, băm nhỏ
- 1 muỗng canh gừng tươi, băm nhỏ
- 2 muỗng canh tương cà chua
- muối để hương vị
- 2 ½ chén nước hầm xương gà
- 3 muỗng canh nước tương

HƯỚNG DẪN:

a) Nêm gà với muối và hạt tiêu và áo qua bột ngô, để qua một bên.

b) Đun nóng dầu dừa trong chảo lớn trên lửa vừa cho đến khi lung linh. Thêm bột cà ri, garam masala và bột nghệ và nấu cho đến khi có mùi thơm, khoảng 10 giây.

c) Cho hành tây, ớt jalapeño, tỏi, gừng, bột cà chua và một chút muối vào nấu, khuấy thường xuyên cho đến khi hành có màu nâu nhạt và mềm, khoảng 10 phút.

d) Thêm nước dùng gà vào chảo, cạo bỏ bất kỳ phần màu nâu nào.

e) Thêm nước tương hoặc dừa aminos. Khuấy đều. Nấu cho đến khi hơi đặc lại. Loại bỏ nhiệt.

f) Đặt khoai tây và cà rốt vào nồi nấu chậm 6 lít, tiếp theo là gà.

g) Đổ nước sốt cà ri lên gà. Đậy nắp và nấu ở nhiệt độ thấp trong 4-5 giờ hoặc cho đến khi gà mềm.

h) Để chất lỏng nấu lắng trong 5 phút và loại bỏ chất béo trên bề mặt bằng thìa lớn. Khuấy đậu Hà Lan, cà chua, nước cốt dừa và rau mùi. Để yên cho đến khi đậu Hà Lan và cà chua được đun nóng, khoảng 5 phút hoặc lâu hơn.

i) Hương vị, nêm muối và hạt tiêu nếu muốn trước khi ăn.

68. Gà nguyên con nướng chanh với cà rốt

THÀNH PHẦN:

- 1 con gà 5 pound
- 2 nhánh hương thảo tươi
- 4 nhánh húng tây tươi
- 2 quả chanh, 1 nửa và 1 thái lát
- 2 muỗng canh dầu ô liu
- 1 củ hành tây nhỏ, thái lát mỏng
- ½ chén rượu trắng
- 1 chén nước hầm xương gà
- 6 củ cà rốt, đại khái xắt nhỏ
- muối để hương vị

CHO GÀ CHÀ:

- 2 muỗng cà phê gia vị gia cầm
- ½ thìa cafe muối
- ½ thìa cà phê mù tạt xay
- ½ muỗng cà phê tiêu đen xay
- 1 muỗng cà phê bột tỏi

HƯỚNG DẪN:

a) Làm nóng lò ở 350°F.

b) Gà rửa sạch, bỏ nội tạng. Lau khô với khăn giấy.

c) Trộn các nguyên liệu làm chà bông gà trong một bát nhỏ và chà lên gà, cả bên ngoài và bên trong. Nhồi gà với lá hương thảo, cỏ xạ hương và 2 nửa quả chanh. Đặt gà sang một bên.

d) Trong chảo gang 10 inch, đun nóng dầu ô liu trên lửa vừa và cao, khoảng 2 phút. Xào hành tây trong 2-3 phút cho đến khi có mùi thơm. Khuấy rượu và nấu cho đến khi nó bay hơi, khoảng 3-4 phút. Thêm nước dùng xương gà, cà rốt và chanh thái lát. Đảo đều rồi cho thịt gà đã ướp gia vị lên trên.

e) Nướng trong 1,5 giờ đến 2 giờ cho đến khi gà chín hoàn toàn và nhiệt độ gần xương đạt 165°F. Nêm gà với nước dùng và nước trái cây vài lần trong quá trình nướng.

f) Sau khi gà chín, chuyển gà và rau ra đĩa phục vụ. Dùng thìa lớn hớt càng nhiều chất béo càng tốt trên bề mặt nước dùng và nước cốt còn lại trong chảo rồi đun sôi. Nấu cho đến khi nước sốt đặc lại, khoảng 10 phút. Nêm muối cho vừa ăn.

g) Thịt gà xé phay; ăn kèm với rau và nước sốt.

69. Thịt gà và rau củ một chảo Caribbean Jerk

THÀNH PHẦN:

- 2 pound đùi gà, còn da
- 1 củ hành đỏ vừa, xắt nhỏ
- 1 pound khoai tây đỏ, cắt làm tư
- 1 chén đồng xu cà rốt hoặc cà rốt non
- 3 nhánh cần tây, xắt nhỏ
- 1 chén nước hầm xương gà
- 1 muỗng canh lá húng tây tươi, băm nhỏ (hoặc 1 muỗng cà phê húng tây khô)

CHO CUỘC ƯU ĐÃI:

- 1 (0,7 ounce) phong bì hỗn hợp nước sốt salad Ý
- 1 thìa cà phê quế
- 1 muỗng canh lá húng tây tươi, băm nhỏ
- 2 muỗng canh đường nâu
- 2 muỗng canh dầu ô liu
- ½ thìa cà phê ớt bột
- 2 muỗng canh nước tương

HƯỚNG DẪN:

a) Làm nóng lò ở 400°F.

b) Đặt tất cả các nguyên liệu ướp vào một bát trộn lớn. Khuấy cho đến khi kết hợp tốt.

c) Đùi gà rửa sạch, thấm khô bằng khăn giấy rồi cho vào nước xốt; xoay dùi trống bằng kẹp để đảm bảo chúng được tráng kỹ. Để qua một bên.

d) Cắt nhỏ rau và trải rau ra đáy chảo 9x13 inch. Đổ nước dùng gà lên, sau đó rắc cỏ xạ hương.

e) Bây giờ, đặt gà lên trên rau. Cạo bỏ phần nước xốt còn sót lại trong chảo.

f) Nướng trong 60 phút. Quay một lần giữa chừng.

g) Phục vụ gà với rau và nước sốt từ chảo. Thưởng thức!

70. Kem gà với rượu vang trắng và Tarragon

THÀNH PHẦN:

- 2 muỗng canh dầu ô liu siêu nguyên chất
- 1 pound nấm nút, giảm một nửa nếu nhỏ hoặc làm tư nếu lớn
- 2 củ hành vừa, thái nhỏ
- 4 muỗng cà phê tỏi băm
- 2 muỗng cà phê lá húng tây tươi băm nhỏ hoặc ½ muỗng cà phê húng tây khô
- Muối và hạt tiêu cho vừa ăn
- 1 ¾ chén rượu trắng khô
- 1 ½ chén nước hầm xương gà
- 1 pound cà rốt, gọt vỏ và cắt thành miếng 1 inch
- 2 lá nguyệt quế
- 2 muỗng canh bột bắp
- 4 pound thịt gà có xương (lách ngực hoặc đùi), loại bỏ da
- 1 chén kem nặng
- ¼ chén lá tarragon tươi băm nhỏ

HƯỚNG DẪN:

a) Đun nóng dầu trong chảo không dính lớn trên lửa vừa và cao. Thêm nấm, hành tây, tỏi, húng tây và một chút muối. Đậy nắp và nấu, khuấy thường xuyên cho đến khi nấm tiết ra chất lỏng, khoảng 8-10 phút.

b) Mở chảo và tiếp tục nấu thêm vài phút nữa. Cho rượu vào khuấy đều, cạo bỏ những phần có màu nâu và đun nhỏ lửa cho đến khi đặc lại, khoảng 5 phút.

c) Chuyển hỗn hợp vào nồi nấu chậm và khuấy trong nước dùng xương gà, cà rốt và lá nguyệt quế cho đến khi kết hợp đều.

d) Nêm gà với muối và tiêu rồi cho vào nồi nấu chậm. Đậy nắp và nấu ở nhiệt độ thấp trong 4-5 giờ hoặc cho đến khi gà mềm và chín kỹ.

e) Chuyển thịt gà và cà rốt vào đĩa phục vụ và bọc lỏng bằng giấy bạc. Loại bỏ chất béo từ chất lỏng nấu ăn bằng thìa. Loại bỏ lá nguyệt quế.

f) Chuyển nước sốt nấu ăn vào nồi và đun nhỏ lửa. Khuấy 2 muỗng canh bột bắp hòa tan trong ¼ cốc nước. Tiếp tục khuấy và nước sốt sẽ đặc lại; sau đó thêm kem và tarragon.

71. Risotto nấm với đậu ngọt

THÀNH PHẦN:

- 3 muỗng canh dầu ô liu nguyên chất
- 2 muỗng cà phê tỏi băm
- 1 củ hành tây nhỏ, thái hạt lựu
- muối để hương vị
- 1 chén gạo Arborio
- ½ chén rượu trắng khô
- 1 pound nấm Bella non, thái lát
- 3 chén nước hầm xương gà nấm
- 1 chén đậu ngọt đông lạnh
- ¼ chén phô mai parmesan mới bào
- Hạt tiêu đen tươi
- Lá mùi tây xắt nhỏ để trang trí

HƯỚNG DẪN:

a) Đun nóng dầu ô liu trên lửa vừa và cao trong một cái chảo lớn.

b) Khi dầu nóng, khoảng 2 phút, cho tỏi và hành tây vào nồi. Thêm một chút muối. Sử dụng thìa gỗ hoặc silicone, xào và để hành tây đổ mồ hôi trong khoảng 1-2 phút.

c) Thêm gạo Arborio. Nướng gạo trong nồi trong 1 hoặc 2 phút, khuấy liên tục cho đến khi có màu nâu nhạt.

d) Cho rượu vào khuấy đều. Nấu cho đến khi rượu bay hơi, khuấy thường xuyên.

e) Thêm nấm vào nồi, khuấy đều và nấu thêm 1-2 phút nữa.

f) Thêm 1 chén nước dùng xương gà vào chảo và đun sôi, khuấy liên tục. Thêm 1 cốc nước dùng mỗi lần; đun nhỏ lửa cho đến khi tất cả nước dùng được hấp thụ.

g) Tắt bếp, cho phô mai parmesan vào khuấy đều. Món ăn, rắc hạt tiêu đen mới đập dập và trang trí bằng lá mùi tây.

72. Mì kim chi một nồi

THÀNH PHẦN:

- 8 ounces thịt ba chỉ (không da), thái lát
- ĐỐI VỚI ƯU ĐÃI THỊT LỢN:
- 3 tép tỏi, băm nhỏ
- 1 muỗng canh gừng tươi, băm nhỏ
- 1 muỗng canh rượu sherry
- 1 muỗng canh nước tương

ĐỐI VỚI MÓN KIMCHI:

- 4 quả trứng luộc mềm, giảm một nửa
- ½ củ hành tây vừa, thái lát mỏng
- 1 chén nấm shiitake, thái lát
- Nửa khối đậu phụ cứng, thái lát
- 4 lạng nấm kim châm
- 4 cải ngọt non, giảm một nửa
- 1 chén kim chi, đóng gói chắc chắn
- ½ chén nước kim chi
- 4 chén Nước hầm xương gà (2 hộp)
- 2 muỗng canh ớt đỏ cay

- 1 muỗng canh bột ớt đỏ Hàn Quốc
- 2 gói ramen
- Hành lá xắt nhỏ để trang trí

HƯỚNG DẪN:

a) Kết hợp tất cả các thành phần cho nước xốt thịt lợn trong một bát vừa.

b) Cắt các lát thịt lợn thành miếng dài 2 inch. Thêm thịt lợn vào ướp. Khuấy đều và để một bên.

c) Trong một cái chảo nhỏ, đun sôi 2 cốc nước. Cẩn thận đặt trứng vào nước sôi. Để chúng nấu trong 5 phút. Vớt trứng ra khỏi chảo và cho vào nước lạnh.

d) Trong khi đó, cắt lát hành tây, nấm đông cô và đậu phụ; làm sạch nấm kim châm và cắt bỏ phần cuối; cải thìa rửa sạch, cắt làm đôi. Đặt tất cả các nguyên liệu đã chuẩn bị sang một bên.

e) Trong một cái chảo vừa, nấu thịt lợn ướp trên lửa vừa cao trong khoảng 2 phút, khuấy thường xuyên.

f) Thêm hành tây và kim chi. Xào cho đến khi có mùi thơm, khoảng 2 phút.

g) Thêm nước kim chi, nước dùng, bột ớt đỏ, bột ớt đỏ và đun sôi.

h) Khi nước dùng cơ bản sôi, thêm ramen và nấm shiitake. Để nó nấu trong 3 phút.

i) Thêm đậu phụ, nấm kim châm và cải ngọt vào nấu trong 2 phút hoặc cho đến khi mì ramen mềm. Tắt nhiệt.

j) Trứng bóc vỏ và cắt làm đôi.

k) Cho ramen kim chi và ăn kèm với một nửa quả trứng. Trang trí với hành lá xắt nhỏ.

73. Cà ri đậu lăng với khoai lang và đậu xanh

THÀNH PHẦN:

- ¼ chén dầu dừa
- 1 củ hành đỏ lớn, thái hạt lựu
- muối để hương vị
- 2 muỗng canh bột cà ri
- 2 muỗng cà phê bột thì là
- 2 muỗng cà phê hạt mù tạt
- 1 muỗng cà phê rau mùi
- 8 ounce đậu lăng nâu
- 3 củ khoai lang vừa
- 4 chén Nước hầm xương gà (2 hộp)
- 1 (28-oz) lon cà chua thái hạt lựu nướng lửa
- 1 (28-oz) lon đậu xanh, để ráo nước
- Rau mùi tây tươi xắt nhỏ để trang trí

HƯỚNG DẪN:

a) Đun nóng dầu dừa trên lửa vừa trong một cái chảo lớn trong khoảng 1 phút .
b) Thêm hành tây và một chút muối. Xào cho đến khi hành tây trong mờ.
c) Thêm bột cà ri, thì là, hạt mù tạt và rau mùi và nấu trong 1 phút, khuấy thường xuyên.
d) Khuấy đậu lăng, khoai lang, nước dùng và cà chua. Đun sôi rồi để nhỏ lửa trong 25 phút, đậy nắp hoặc cho đến khi đậu lăng và khoai lang mềm.
e) Khuấy đậu xanh và nấu cho đến khi chúng nóng lên, khoảng 2 phút.
f) Món ăn và trang trí với rau mùi tây xắt nhỏ. Thưởng thức!

74. Risotto gà nấm

THÀNH PHẦN:

- 3 muỗng canh dầu ô liu
- 2 tép tỏi, băm nhỏ
- 1 củ hành tây nhỏ, thái hạt lựu
- ½ chén cà rốt, thái hạt lựu
- muối biển để hương vị
- 1 chén gạo arborio
- ½ chén rượu trắng (không bắt buộc)
- ½ thìa cà phê cỏ xạ hương khô
- 3 chén nước hầm xương gà nấm
- 6 ounce nấm, thái lát
- 8 ounce cải bruxen đông lạnh
- 1 chén thịt gà xé nhỏ, nấu chín
- ¼ chén mùi tây tươi xắt nhỏ
- ½ chén phô mai parmesan mới bào
- Hạt tiêu vừa mới nghiền

HƯỚNG DẪN:

a) Đun nóng dầu ô liu trên lửa vừa trong một cái chảo vừa. Thêm tỏi và nấu cho đến khi có mùi thơm.

b) Cho hành tây và cà rốt vào nồi, thêm chút muối, vặn lửa to. Nấu cho đến khi hành tây trong mờ, khuấy thường xuyên, khoảng 1 phút.

c) Khuấy gạo, tiếp theo là cỏ xạ hương. Cho gạo đã nướng vào chảo và tráng dầu cho đến khi gạo bắt đầu chuyển sang màu hơi nâu, đảo thường xuyên trong khoảng 2-3 phút.

d) Thêm rượu và tiếp tục khuấy cho đến khi rượu bay hơi, khoảng 1 phút. Đổ nước dùng gà vào chảo và đun sôi.

e) Sau khi sôi, cho nấm và cải bruxen vào khuấy đều và đun sôi lại, thỉnh thoảng khuấy.

f) Thêm thịt gà xé nhỏ và biến nhiệt xuống thấp. Đậy nắp và đun nhỏ lửa trong 15 phút cho đến khi nước dùng gà ngấm vào gạo. Đậy vung, cho mùi tây và phô mai parmesan vào đảo đều. Tiếp tục khuấy cho đến khi phô mai tan chảy.

g) Tắt lửa. Nêm hạt tiêu đen mới xay. Chuyển risotto sang bát phục vụ. Trang trí thêm mùi tây và dùng ngay.

75. Pasta một nồi e Fagioli

THÀNH PHẦN:

- 1 muỗng canh dầu ô liu siêu nguyên chất
- 1 pound thịt bò nạc xay
- muối để hương vị
- 1 muỗng cà phê oregano khô
- 1 củ hành vừa, thái hạt lựu
- 1 chén cà rốt, thái hạt lựu
- 2 cọng cần tây, thái lát
- 1 quả cà chua lớn, thái hạt lựu
- 1 (15-ounce) lon đậu đỏ, rửa sạch và để ráo nước
- 2 chén nước hầm xương bò
- 2 chén nước sốt spaghetti
- 8 ounce vỏ mì ống
- 1-2 muỗng cà phê nước sốt nóng, tùy chọn
- ¼ chén mùi tây tươi xắt nhỏ
- Hạt tiêu vừa mới nghiền
- ½ chén phô mai parmesan bào nhỏ hoặc mới bào

HƯỚNG DẪN:

a) Trong một cái nồi lớn, đun nóng dầu ô liu trên lửa vừa. Thêm thịt bò xay và chia nó bằng thìa. Nấu cho đến khi thịt bò bắt đầu chuyển sang màu nâu. Trong khi đó, nêm muối và oregano.

b) Thêm hành tây, cà rốt, cần tây và cà chua vào nồi. Trộn đều và nấu trong khoảng 10 phút, thỉnh thoảng khuấy.

c) Thêm đậu, nước dùng thịt bò, sốt spaghetti, tiếp theo là vỏ mì ống; rưới nước sốt nóng vào nồi nếu dùng; khuấy và trộn đều. Đun sôi rồi đun nhỏ lửa trong 15-20 phút ở nhiệt độ trung bình thấp hoặc cho đến khi mì ống mềm.

d) Thêm hạt tiêu đen mới xay để nếm và khuấy trong rau mùi tây, sau đó rắc phô mai parmesan lên trên. Món ăn, trang trí với rau mùi tây hoặc pho mát. Thưởng thức!

76. Pasta sốt kem nấm

THÀNH PHẦN:

- 1 phần mì ống
- 1 muỗng canh bơ không ướp muối
- 2 tép tỏi, băm nhỏ
- 8 lạng nấm nút trắng, bỏ cuống
- 2 muỗng canh rượu trắng khô
- ¼ chén kem nặng
- ¼ chén nước hầm xương gà
- muối để hương vị
- ¼ chén phô mai parmesan nạo
- Hạt tiêu vừa mới nghiền
- Rau mùi tây tươi xắt nhỏ để trang trí

HƯỚNG DẪN:

a) Trong một cái nồi lớn, nấu mì ống trong nước sôi có muối trong 8-9 phút theo **HƯỚNG DẪN GHI TRÊN BAO BÌ:** hoặc cho đến khi chín. Làm khô hạn.

b) Trong khi đó, trong một cái chảo lớn, làm tan chảy bơ trên lửa vừa và cao. Khuấy tỏi băm nhỏ và nấu trong khoảng 30 giây cho đến khi có mùi thơm.
c) Cho nấm vào chảo, cắt cạnh. Nấu trong 3-5 phút hoặc cho đến khi nấm bắt đầu co lại, thỉnh thoảng di chuyển chúng bằng thìa.
d) Thêm rượu trắng; đun tiếp cho rượu và nước nấm bốc hơi hết, khoảng 3 phút.
e) Đổ kem nặng và nước dùng xương gà vào chảo, thêm một chút muối. Chuyển sang lửa vừa và nấu cho đến khi nước nấu hơi đặc lại, lật nấm vài lần.
f) Phết phô mai parmesan lên nấm và khuấy nhẹ cho đến khi phô mai tan chảy. Hương vị và thêm muối nếu muốn.
g) Quăng mì ống nấu chín vào chảo. Kết hợp tốt với hỗn hợp nấm, sau đó chuyển sang đĩa phục vụ.
h) Rắc hạt tiêu đen mới xay và trang trí với mùi tây xắt nhỏ. Thêm phô mai parmesan nghiền nếu muốn. Thưởng thức!

77. ớt trắng

THÀNH PHẦN:

- 1 muỗng canh dầu dừa
- 1 củ hành vừa, xắt nhỏ
- 3 tép tỏi, đập dập
- 1 (4-oz) lon ớt xanh xắt nhỏ
- 8 ounces nấm, thái lát
- 2 muỗng cà phê thì là
- 1 muỗng cà phê oregano khô
- 4 chén Nước hầm xương gà (2 hộp)
- 4 chén gà tây nấu chín, thái hạt lựu
- 2 (15-oz) lon đậu trắng (miền bắc tuyệt vời, cannellini hoặc đậu xanh)
- 1 chén phô mai Monterey Jack vụn
- Lá mùi tây tươi để trang trí

HƯỚNG DẪN:

a) Đun nóng dầu trong một cái chảo lớn trên lửa vừa.

b) Thêm hành tây và tỏi. Nấu từ từ cho đến khi có mùi thơm.

c) Trộn ớt xanh, nấm, thì là và oregano. Tiếp tục nấu và khuấy hỗn hợp cho đến khi mềm, khoảng 3 phút.
d) Thêm nước dùng xương, gà tây và đậu trắng. Đun nhỏ lửa trong 15 phút, thỉnh thoảng khuấy.
e) Món ớt. Thêm phô mai và trang trí với lá mùi tây. Thưởng thức!

NƯỚC MẮM ĐÓNG HỘP

78. nước dùng gà tây

THÀNH PHẦN:

- 16 chén nước dùng gà
- 3 ½ chén gà tây thái hạt lựu, thái hạt lựu
- 1½ chén cần tây, thái hạt lựu
- 1½ chén cà rốt, thái lát
- 1 chén hành tây, thái hạt lựu
- Muối và tiêu
- Nước dùng gà, nếu muốn

HƯỚNG DẪN:

a) Chuẩn bị hộp áp lực. Thêm nước vào canner áp lực. Chèn trivet và đun sôi ở lửa vừa trên bếp. Đặt lọ rỗng vào nước sôi trong 5-10 phút.

b) Không đun sôi. Khi thực hiện, hãy để nó sang một bên.

c) Trộn tất cả nguyên liệu vào nồi nước dùng và đun sôi.

d) Lọc nước dùng vào lọ nóng và tiệt trùng, để lại khoảng trống 1 inch.

e) Loại bỏ bọt khí.

f) Lau sạch các vành và đặt chúng lên các nắp.

g) Áp dụng các ban nhạc.
h) Đặt lọ vào hộp áp suất và xử lý trong 75 phút.
i) Khi hoàn thành, mở nắp. Loại bỏ các lọ.

79. Súp nước dùng Zuppa Toscana

THÀNH PHẦN:

- 3 cân thịt lợn xay
- Muối, hạt tiêu và oregano, 1 muỗng cà phê
- ¼ muỗng cà phê hạt tiêu đỏ
- 2 củ hành tây
- 4 tép tỏi
- 4 củ khoai tây
- 1 bó cải xoăn
- 3 lít nước dùng heo

HƯỚNG DẪN:

a) Chuẩn bị hộp áp lực. Thêm nước vào canner áp lực. Chèn trivet và đun sôi ở lửa vừa trên bếp. Đặt lọ rỗng vào nước sôi trong 5-10 phút. Nhưng, đừng đun sôi. Khi thực hiện, hãy để nó sang một bên.

b) Xúc xắc hành tây. Băm nhỏ tỏi. Gọt vỏ và cắt khối khoai tây.

c) Rửa sạch và chần cải xoăn trong nước đun sôi trong 30 giây cho đến khi héo. Giữ nó sang một bên. Xay thịt heo.
d) Thêm thịt lợn xay, hạt tiêu đỏ, lá oregano, hạt tiêu và muối vào chảo. Thêm 3 lít nước dùng vào một cái nồi khác. Để nhỏ lửa.
e) Đặt khăn lau bát đĩa vào lọ nóng và tiệt trùng. Thêm hỗn hợp hành tây và tỏi. Sau đó, thêm một phần nhỏ cải xoăn vào mỗi lọ, tiếp theo là khoai tây.
f) Cho thịt lợn đã ướp gia vị vào lọ và đổ nước dùng lên trên, để lại khoảng trống 1 inch.
g) Loại bỏ bọt khí. Đặt các lọ vào hộp áp suất. Khóa nắp.
h) Thổi hơi trong 10 phút. Quy trình trong 90 phút.
i) Tắt lửa. Đợi 2 phút. Mở lỗ thông hơi. Tháo nắp.
j) Lấy các lọ ra khỏi hộp áp suất. Để nguội qua đêm.

80. Súp gà măng tây

THÀNH PHẦN:

- 3 pound măng tây tươi, cắt tỉa
- 8 chén nước dùng gà / Nước dùng
- 1 chén hẹ băm nhỏ, băm nhỏ
- 1 muỗng cà phê tỏi, băm nhỏ
- ½ muỗng cà phê muối
- ¼ muỗng cà phê tiêu trắng xay

HƯỚNG DẪN:

a) Chuẩn bị hộp áp lực.

b) Thêm nước vào canner áp lực.

c) Chèn trivet và đun sôi ở lửa vừa.

d) Đặt lọ rỗng vào nước sôi trong 5-10 phút. Nhưng, đừng đun sôi.

e) Thêm dầu ô liu vào chảo. Thêm tỏi và hẹ và nấu cho đến khi mờ.

f) Thêm nước dùng thịt bò hoặc nước dùng trên lửa vừa. Loại bỏ nhiệt.

g) Thêm ¼ chén hẹ hoặc tỏi, hạt tiêu và muối vào mỗi lọ.

h) Thêm Nước dùng nóng, để lại khoảng trống 1 inch.

i) Loại bỏ bọt khí.

j) Đặt trên nắp đậy. Lau sạch vành của mỗi lọ. Đặt các lọ vào hộp áp suất. Khóa nắp. Đun sôi. Thổi hơi trong 10 phút.

k) Xử lý panh trong 75 phút.

l) Khi hoàn tất, tắt lửa. Tháo nắp hộp. Đợi 10 phút. Lấy lọ ra khỏi hộp. Để nguội qua đêm.

81. Súp thịt bò Mexico và khoai tây ngọt

THÀNH PHẦN:

- 1 muỗng canh dầu bơ tinh luyện hoặc dầu ô liu
- 1 pound thịt bò nạc hầm
- 1 muỗng cà phê muối kosher
- 1 chén hành tây xắt nhỏ
- 1 muỗng cà phê tỏi băm
- 1 chén ớt chuông ngọt xắt nhỏ
- 2 chén khoai lang, gọt vỏ và xắt nhỏ
- 1 muỗng cà phê ớt bột
- 1 muỗng cà phê oregano khô
- 1 muỗng cà phê thì là
- 14 ounce salsa đỏ
- Nước dùng gà, 2 chén
- 2 muỗng cà phê nước cốt chanh
- ⅓ chén rau mùi thái nhỏ
- muối Kosher để hương vị
- Tiêu đen xay để nếm

HƯỚNG DẪN:

a) Đun nóng chảo gang lớn trên lửa lớn.

b) Thêm thịt bò hầm và rắc muối . Khuấy thịt bò cho đến khi chín vàng, 5 phút. Với một cái muỗng có rãnh, lấy thịt ra và chuyển vào đĩa. Để qua một bên.

c) Cho hành, tỏi và ớt chuông vào chảo trên lửa vừa cao, thỉnh thoảng đảo đều cho đến khi hành và tỏi thơm và ớt mềm hoặc khoảng 5 phút.

d) Thêm khoai lang, bột ớt, oregano, thì là, nước dùng và salsa. Trộn kỹ. Đun sôi. Sau đó, đậy nắp và đun nhỏ lửa trong 30 phút hoặc cho đến khi khoai lang chín mềm.

e) Khuấy nước cốt chanh, ngò, muối và hạt tiêu. Để nhiệt qua nhiệt độ thấp, khoảng 4 phút.

f) Múc Súp Nước dùng vào các lọ đã chuẩn bị sẵn, panh hoặc lít, để lại khoảng trống 1 inch.

g) Đậy chặt nắp hộp 2 phần bằng ngón tay.

h) Xử lý các lọ trong hộp áp suất đã được làm nóng trước trong 40 phút.

i) Khi Thời gian chế biến: hoàn tất, tắt bếp và để hộp tự nhiên về nhiệt độ phòng.

j) Khi nguội, lấy lọ ra khỏi hộp và kiểm tra niêm phong.

82. bông và nước hầm hạt đậu

THÀNH PHẦN:

- 2 chén đậu Hà Lan sấy khô
- 8 cốc nước
- 2 khối nước luộc gà lớn
- 1 chén giăm bông thái hạt lựu
- 1½ chén cà rốt thái lát
- 1 chén hành tây xắt nhỏ
- ¼ thìa cà phê tiêu xay
- 1 lá nguyệt quế
- Muối và hạt tiêu cho vừa ăn

HƯỚNG DẪN:

a) Cho đậu Hà Lan đã tách hạt, nước và các viên nước dùng gà vào một cái chảo lớn hoặc nồi Súp nước dùng.
b) Đun sôi các nguyên liệu với lửa vừa và cao, thỉnh thoảng khuấy.
c) Đun nhỏ lửa trong khoảng một giờ.
d) Xay nhuyễn đậu Hà Lan và chất lỏng, sử dụng máy xay cầm tay.
e) Thêm giăm bông, cà rốt, hành tây, hạt tiêu và lá nguyệt quế vào Nước dùng. Đun sôi súp nước dùng.

f) Đun nhỏ lửa trong 30 phút. Nêm nước súp với muối và hạt tiêu cho vừa ăn. Loại bỏ lá nguyệt quế.

g) Đặt các lọ nóng đã chuẩn bị lên khăn lau bát đĩa. Múc hỗn hợp Súp Nước dùng vào lọ, đảm bảo chừa khoảng trống 1 inch trên mỗi lọ. Loại bỏ hoặc thêm chất lỏng, nếu cần, để đảm bảo khoảng trống chính xác.

h) Loại bỏ bọt khí khỏi lọ, sau đó lau sạch miệng lọ bằng khăn giấy ướt để đảm bảo niêm phong tốt.

i) Đặt các nắp phẳng còn nóng lên bình, sau đó vặn các dải vào vị trí cho đến khi chúng khít chặt bằng đầu ngón tay.

j) Cẩn thận đặt các lọ vào nước trong một bình áp suất đã chuẩn bị sẵn và xử lý các lọ trong 75 phút và xử lý qua lít trong 90 phút.

k) Khi hoàn tất, tắt lửa. Để áp suất trong hộp giảm xuống bằng không một cách tự nhiên. Khi nó về 0, đợi thêm vài phút rồi mở nắp thông hơi.

l) Chờ thêm 10 phút rồi cẩn thận tháo nắp hộp. Đặt các lọ nóng lên một chiếc khăn lau bát đĩa trên quầy và để yên trong 24 giờ.

m) Kiểm tra niêm phong thích hợp, sau đó dán nhãn.

83. thịt nai Stew

THÀNH PHẦN:

- 1 hạt tiêu poblano lớn
- 1 đến 2 ớt jalapeño
- 6 quả cà chua tươi, bỏ vỏ
- 1½ cốc (375 mL) hành trắng xắt nhỏ (1 củ hành lớn)
- 1 muỗng cà phê. (5 mL) thì là xay
- 2 muỗng canh. (30 mL) dầu ô liu
- 4 bắp ngô tươi
- 3 tép tỏi, băm nhỏ
- 4 cốc (1 L) nước dùng gà hoặc nước hầm xương gà
- ⅔ cốc (150 mL) nước cốt chanh tươi (khoảng 7 quả chanh)
- 1½ thìa cà phê. (7 mL) muối
- 1 muỗng cà phê. (5 mL) tiêu đen xay
- 1½ pound (680 g) đùi hoặc ức gà đã lọc da và rút xương, cắt thành miếng 1 inch (2,5 cm)

HƯỚNG DẪN:

a) Làm nóng lò ở nhiệt độ 425ºF (220ºC). Sắp xếp 3 **THÀNH PHẦN ĐẦU TIÊN:** trên khay nướng có viền lớn có lót giấy nhôm. Nướng ở nhiệt độ 425ºF (220ºC) trong 25 phút hoặc cho đến khi rau củ mềm và vỏ bắt đầu phồng rộp, lật ớt 5 phút một lần. Lấy rau ra khỏi lò; chuyển ớt vào một cái bát nhỏ. Đậy bát bằng màng bọc thực phẩm và để yên trong 20 phút. Để cà chua đứng trên khay nướng cho đến khi đủ nguội để cầm. Băm nhỏ tomatillos và đặt vào một cái bát vừa.

b) Sau khi ớt để yên trong 20 phút, gọt vỏ, bỏ hạt và thái nhỏ; thêm vào tomatillos.

c) Xào hành tây và thìa là trong dầu ô liu nóng trong lò nướng kiểu Hà Lan bằng thép không gỉ hoặc tráng men 6 lít (6 lít) ở nhiệt độ trung bình cao trong 12 phút hoặc cho đến khi hành tây mềm.

d) Cắt đầu hạt ngô cho vào tô lớn; cạo sữa và bột giấy còn lại từ lõi ngô. Thêm ngô và tỏi vào hành tây trong lò Hà Lan; nấu, khuấy liên tục, 5 phút. Cho ớt xắt nhỏ, cà chua xắt nhỏ, nước dùng gà và 3 thành phần tiếp theo vào khuấy đều.

e) Đun sôi; giảm nhiệt và đun nhỏ lửa, không đậy nắp, 5 phút, khuấy thường xuyên. Cho thịt gà vào xào. Đun sôi với lửa lớn; đun sôi 5 phút. Loại bỏ nhiệt.

f) Múc Súp Nước dùng nóng vào bình nóng, chừa khoảng trống 1 inch (2,5 cm). Loại bỏ bọt khí. Lau vành bình. Nắp trung tâm trên bình. Quấn băng và điều chỉnh cho vừa khít với đầu ngón tay. Đặt bình lên giá trong bình áp suất chứa 2 inch (5 cm) nước sôi ở nhiệt độ 180ºF (82ºC). Lặp lại cho đến khi tất cả các lọ được lấp đầy.

g) Đậy nắp hộp và chuyển sang vị trí khóa. Điều chỉnh nhiệt ở mức trung bình cao. Thổi hơi trong 10 phút.

h) Đặt trọng lượng của bộ đếm hoặc dụng cụ đo trọng lượng trên lỗ thông hơi; tăng áp suất lên 10 pound (4,5 kg) (psi) đối với máy đóng hộp có đồng hồ đo trọng lượng hoặc 11 pound (454 g) s (psi) đối với máy đóng hộp có đồng hồ đo quay số.

i) Xử lý lọ 1 pint (500 mL) trong 1 giờ 15 phút hoặc lọ 1 lít (1 L) trong 1 giờ 30 phút. Tắt nhiệt; làm mát hộp đến áp suất bằng không. Để yên thêm 5 phút trước khi tháo nắp.

j) Làm mát lọ trong hộp 10 phút. Lấy lọ ra và để nguội.

84. Súp gà chanh với ngô

THÀNH PHẦN:

- Xịt nấu ăn hoặc dầu ô liu
- 1 pound thịt nai nạc, hình khối
- 1 muỗng cà phê dầu ô liu
- 1 củ hành tây nhỏ, xắt nhỏ
- 1 tép tỏi, băm nhỏ
- 1 cọng cần tây, xắt nhỏ
- 1 củ cà rốt, thái hạt lựu
- 2 củ khoai tây, hình khối
- 2 cốc nước
- ½ muỗng cà phê muối
- ⅛ muỗng cà phê tiêu
- 2 lon nước dùng bò

HƯỚNG DẪN:

a) Phủ một nồi nước dùng bằng bình xịt nấu ăn hoặc dầu ô liu, và đặt trên lửa lớn.

b) Thêm thịt nai vào chảo. Xào cho đến khi chín vàng. Lấy ra khỏi chảo và đặt sang một bên trên khăn giấy.

c) Thêm dầu và tất cả các loại rau, xào cho đến khi mềm.
d) Khuấy trong thịt nai, muối, hạt tiêu và nước.
e) Đun sôi và đun nhỏ lửa trong 5 phút.
f) Đổ các nguyên liệu rắn vào lọ sạch, nóng đến ½ .
g) Múc chất lỏng vào lọ để lại khoảng trống 1 inch.
h) Điều chỉnh nắp đậy và xử lý.

NƯỚC SÚC XƯƠNG

85. Chimichurri Sauce

THÀNH PHẦN:

- 1 chén mùi tây tươi đóng gói nhẹ
- ¼ chén giấm rượu vang đỏ hữu cơ
- 2 tép tỏi lớn
- ¼ chén dầu ôliu nguyên chất
- 1 muỗng cà phê cỏ xạ hương khô
- ½ muỗng cà phê muối
- ¼ muỗng cà phê hạt tiêu đỏ
- ⅛ muỗng cà phê tiêu đen mới xay
- ¼ chén nước hầm xương bò
- ¼ quả bơ chín

HƯỚNG DẪN:

a) Cho tất cả các nguyên liệu vào máy xay thực phẩm, xay trong khoảng 30 giây hoặc cho đến khi tất cả các nguyên liệu được trộn đều. Nếu nó quá loãng theo ý thích của bạn, hãy thêm nhiều bơ hơn. Nếu đặc quá thì cho thêm nước hầm xương bò.

b) Đổ nước sốt chimichurri vào bình thủy tinh 8 ounce. Đậy nắp và bảo quản trong tủ lạnh tối đa 2 tuần.

86. Salsa de Guajillo

THÀNH PHẦN:

- 4 cà chua Roma, nướng
- ⅓ chén hành trắng, thái lát
- 1 tép tỏi nhỏ
- ½ chén nước hầm xương gà
- 6 quả ớt Guajillo, nướng và bỏ hạt
- ½ muỗng cà phê muối

HƯỚNG DẪN:

a) Làm nóng lò ở 350°F. Nướng cà chua Roma và ớt Guajillo cùng nhau trong 10 phút. Lật ớt trong nửa thời gian nướng.
b) Cho tất cả nguyên liệu đã chuẩn bị vào máy xay thực phẩm hoặc máy xay sinh tố. Trộn đều.
c) Sử dụng một cái chao để lọc ra bất kỳ mảnh rắn nào để đảm bảo salsa mịn nếu bạn muốn. (Tôi thường bỏ qua bước này.)

87. Salsa Verde

THÀNH PHẦN:

- 8 oz cà chua (thường được gọi là cà chua xanh)
- 2 quả bơ
- 5 quả ớt sừng
- ½ muỗng cà phê muối
- ⅓ chén hành trắng, thái lát
- ½ chén rau mùi, đóng gói lỏng lẻo
- 1 chén nước hầm xương gà

HƯỚNG DẪN:

a) Cho tất cả nguyên liệu đã chuẩn bị vào máy xay thực phẩm hoặc máy xay sinh tố.

b) Trộn đều và bảo quản.

88. Salsa de Cacahuate

THÀNH PHẦN:

- 4 quả cà chua Roma
- 1 tép tỏi
- 5 quả ớt khô
- ⅓ chén hành trắng, thái lát
- ½ chén đậu phộng, nướng
- ½ chén nước hầm xương gà
- 2 muỗng canh hạt vừng trắng, nướng
- ½ muỗng cà phê muối
- 2 muỗng canh dầu ô liu

HƯỚNG DẪN:

a) Làm nóng lò ở 350°F. Nướng cà chua Roma, đậu phộng và mè trắng cùng nhau trong 8-10 phút.

b) Cho tất cả các nguyên liệu đã chuẩn bị (trừ dầu ô liu) vào máy xay thực phẩm hoặc máy xay sinh tố. Trộn đều.

c) Nấu salsa trong dầu ô liu trên lửa nhỏ trong 10 phút. Để nguội và bảo quản.

89. Canh Chua Nóng

THÀNH PHẦN:

- ½ chén nấm shiitake, thái lát
- ½ chén nấm kim châm
- ½ chén cà rốt, cắt thành que diêm
- ½ chén bông cải xanh, cắt thành que diêm (thân, không phải bông)
- 6 chén nước hầm xương gà
- ½ muỗng cà phê đường nâu
- 3 muỗng canh giấm balsamic
- ¼ (16-ounce) khối đậu phụ cứng hơn, cắt thành dải
- 2 muỗng canh bột bắp, hòa tan trong ¼ chén nước lạnh
- 1 quả trứng, đánh tan
- ¾ muỗng cà phê tiêu đen xay
- Lá ngò tươi để trang trí

HƯỚNG DẪN:

a) Cho nấm đông cô, nấm kim châm, cà rốt, bông cải xanh và nước hầm xương gà vào nồi lớn. Thêm một chút muối và đun sôi.

b) Vặn lửa vừa , thêm đường, giấm và đậu phụ. Khuấy nhẹ nhàng.
c) Từ từ khuấy bột bắp hòa tan vào súp nước dùng. Giữ khuấy. Nước súp sẽ bắt đầu đặc lại. Thêm trứng đã đánh và ngay lập tức bắt đầu khuấy. Tắt lửa. Trứng sẽ vỡ thành những miếng rất nhỏ nổi trên bề mặt của Canh súp.
d) Nêm súp nước dùng với ¼ muỗng cà phê tiêu đen xay trước. Hương vị và thêm nhiều hơn nếu muốn. (Tôi thấy rằng ¾ muỗng cà phê tiêu đen là phù hợp với khẩu vị của tôi, nhưng bạn có thể điều chỉnh lượng tùy theo sở thích của mình.) Ra đĩa và trang trí với ngò. Phục vụ ấm áp.

90. dùng mì thịt bò (kiểu Tứ Xuyên)

THÀNH PHẦN:

- 1 pound thịt bò hầm
- ¼ chén tương ớt cay
- 4 lạng cải xoong
- 2 muỗng canh đường nâu
- 12-15 cái nấm đông cô
- 5 muỗng canh dầu ô liu, chia
- 4 quả trứng, luộc mềm
- 3 hoa hồi
- 8 ounce mì Trung Quốc, hoặc ramen, hoặc udon
- 2 muỗng cà phê bột ngũ vị hương
- 1 inch gừng, thái lát
- 2 muỗng canh nước tương
- 4 tép tỏi, đập dập và thái lát mỏng
- 1 nhánh hành lá, xắt nhỏ để trang trí
- 5 chén nước hầm xương bò
- dầu mè
- 1 muỗng canh rượu vang đỏ
- Muối và tiêu

HƯỚNG DẪN:

a) Cho thịt bò hầm vào tô vừa; thêm rượu vang đỏ và một chút muối và hạt tiêu; khuấy đều.

b) Trong một cái chảo lớn, đun nóng 2 muỗng canh dầu ô liu trên lửa vừa và cao; thêm thịt bò đã ướp gia vị vào, đảo đều cho đến khi mặt ngoài của thịt bò bắt đầu chuyển sang màu nâu (khoảng 5 phút).

c) Thêm 5 chén nước hầm xương bò vào nồi. Chuyển nhiệt độ cao và đun sôi, sau đó đun nhỏ lửa.

d) Trong khi thịt đang sôi, làm nóng 3 muỗng canh dầu ô liu trên lửa vừa và cao trong chảo nhỏ (khoảng 2 phút).

e) Thêm đường và chiên cho đến khi nó bắt đầu chuyển sang màu nâu; bây giờ thêm hoa hồi, ngũ vị hương, gừng và tỏi; khuấy khoảng 10 giây; nhanh chóng thêm tương ớt. Khuấy đều và nấu ở nhiệt độ thấp trong khoảng 1 phút.

f) Chuyển hỗn hợp tương ớt vào một cái chảo lớn; thêm nước tương, sau đó đun nhỏ lửa trong 25 phút.

g) Trong lúc đó, luộc trứng. (Đun sôi 4 cốc nước trong nồi nhỏ, nhẹ nhàng cho trứng vào và đun trong 4 phút rưỡi đối với trứng luộc mềm hoặc 5 phút đối với trứng luộc kỹ. Vớt trứng ra và ngâm trong nước lạnh 5 phút trước khi bóc.)

h) Sau 25 phút đun nhỏ lửa, thêm mì và nấm vào nồi; đun sôi. Khi nước dùng phở bò sôi thì cho cải xoong vào, sau đó tắt bếp ngay. Khuấy cho đến khi rau bắt đầu héo.

i) Khi ăn, chia đều nước dùng phở thành 4 bát; mưa phùn với dầu mè. Đặt một quả trứng luộc mềm vào mỗi bát; rắc hành lá xắt nhỏ. Thưởng thức!

91. Phở bí ngòi

THÀNH PHẦN:

- ½ pound bít tết thịt thăn thượng hạng
- 4 quả bí xanh
- 1 inch gừng tươi, thái lát
- 2 thanh quế
- 1 muỗng canh nước tương (Sử dụng nước sốt tamari hoặc dừa aminos cho một phiên bản không chứa gluten)
- 2 hoa hồi
- 3 cây đinh hương
- 4 chén nước hầm xương bò
- 1 muỗng canh nước mắm

ĐỐI VỚI CÁC MÓN NGON:

- 2 nắm giá đỗ
- Hỗn hợp thảo mộc (ngò, húng quế, hoặc cả hai)
- 1 hạt tiêu jalapeño, thái lát (tùy chọn)
- 2 nhánh hành lá, xắt nhỏ
- Sriracha, sốt hoisin và chanh để phục vụ

HƯỚNG DẪN:

a) Cho thăn bít tết vào ngăn đá tủ lạnh 15 phút để dễ cắt.

b) Sử dụng dụng cụ xoắn ốc hoặc dụng cụ gọt vỏ thái sợi để làm mì bí xanh. Chia mì thành hai bát lớn.

c) Trong một cái chảo vừa, nướng các thanh quế, hoa hồi và đinh hương trên lửa vừa cho đến khi có mùi thơm. Thêm nước hầm xương vào chảo, tiếp theo là gừng, nước tương và nước mắm. Đun sôi rồi hạ nhỏ lửa trong 10 phút để gia vị ngấm hoàn toàn vào nước dùng.

d) Lấy thịt bò ra khỏi tủ đông và cắt thành dải mỏng. Chia thịt bò thành hai phần và thêm bánh mì lên trên trong bát phục vụ.

e) Sau khi nước dùng đã chín, bạn cũng chia nước dùng thành hai phần và đổ nước dùng còn nóng vào các bát phục vụ. Thịt bò sẽ bắt đầu nấu ngay lập tức và màu sắc sẽ thay đổi.

f) Rưới giá đỗ, rau thơm, ớt thái lát và hành lá lên trên phở, rưới tương Sriracha hoặc/và sốt hoisin, vắt một ít nước cốt chanh vào và húp xì xụp!

92. Súp nước dùng Ravioli với xúc xích và cải xoăn

THÀNH PHẦN:

- ½ pound xúc xích Ý nhẹ (hoặc nóng), bỏ vỏ
- ¼ chén hành tây, thái hạt lựu
- 2 cọng cần tây, thái hạt lựu
- ¼ chén cà rốt và đậu Hà Lan đông lạnh
- 12 ounce nước sốt mì ống
- 4 chén Nước hầm xương gà (2 hộp)
- ¼ chén cà chua phơi nắng
- 1 (9-oz) gói ravioli phô mai
- Nửa gói 1 (8-oz) cải xoăn cho bé
- 2 muỗng canh phô mai ricotta tách kem

HƯỚNG DẪN:

a) Làm nóng trước một cái chảo lớn trên lửa vừa và cao. Nướng xúc xích trong 5-7 phút, đảo đều để thịt nát. Nấu cho đến khi không còn màu hồng. Cho hành tây, cần tây, cà rốt và đậu Hà Lan vào xúc xích và nấu trong 4 phút, khuấy thường xuyên.

b) Giảm nhiệt xuống mức trung bình thấp. Khuấy nước sốt mì ống, nước dùng xương gà và cà chua khô. Đun nhỏ lửa trong 8-10 phút, thỉnh thoảng khuấy.
c) Thêm ravioli vào nước sốt; nấu trong 4-5 phút hoặc cho đến khi ravioli mềm.
d) Để phục vụ, chia súp nước dùng thành hai bát phục vụ. Cho một ít rau xà lách lên trên mỗi bát, sau đó rắc lớp phủ xà lách lên trên và rưới nước sốt lên trên. Kết thúc với 1 muỗng canh phô mai ricotta cho mỗi bát và phục vụ.

93. Phở Thổ Nhĩ Kỳ 15 phút

THÀNH PHẦN:

- 2 thanh quế
- 2 hoa hồi
- 3 cây đinh hương
- 4 chén Nước hầm xương gà (2 hộp)
- 1 ounce gừng tươi, thái lát
- 1 muỗng canh nước mắm
- 1 muỗng canh nước cốt dừa hoặc nước tương
- 4 lạng phở/bún
- 2 chén rau xào châu Á đông lạnh
- 3 chén thịt gà tây còn sót lại
- Ngò tươi, lát chanh, tương Sriracha hoặc/và sốt hoisin để phục vụ

HƯỚNG DẪN:

a) Nướng thanh quế, hoa hồi và đinh hương trong chảo vừa trên lửa vừa cho đến khi có mùi thơm, khoảng 2 phút.

b) Thêm gà tây hoặc nước dùng xương gà, gừng, nước mắm và nước tương vào nồi. Đun sôi và đun nhỏ lửa trong 5 phút.
c) Trong lúc đó, đun sôi 2 lít nước trong một cái chảo khác. Cho mì vào, nấu thêm 2-3 phút. Để ráo nước và chuyển đều vào hai bát phục vụ.
d) Bỏ gia vị ra khỏi nước dùng. Thêm rau và tăng nhiệt. Đun sôi trở lại hoặc cho đến khi rau mềm.
e) Để phục vụ, đặt một nửa gà tây trong một bát phục vụ lên trên mì. Đổ một nửa nước dùng bao gồm cả rau. Rắc ngò tươi, sốt Sriracha và/hoặc tương hoisin lên trên. Thêm một vắt nước cốt chanh tươi và phục vụ. Làm tương tự với chiếc bát còn lại. Thưởng thức!

94. Nồi nấu chậm Súp hành tây kiểu Pháp

THÀNH PHẦN:

- 3 pound hành vàng, bóc vỏ và thái lát
- 2 muỗng canh dầu ô liu
- 1 muỗng cà phê muối, cộng với nhiều hơn để hương vị
- Hạt tiêu vừa mới nghiền
- 2 muỗng canh giấm balsamic
- 10 chén nước hầm xương bò
- 3 muỗng canh sherry, tùy chọn
- ĐỂ ĐẮP MẮM Súp:
- 6 lát bánh mì baguette cho mỗi bát
- 1 ⅓ đến 2 chén phô mai Gruyere bào hoặc cạo
- Rau mùi tây xắt nhỏ để trang trí

HƯỚNG DẪN:

a) Cho hành tây vào nồi nấu chậm 6 lít. Khuấy bơ và dầu ô liu. Nêm với muối và hạt tiêu. Đậy nắp và nấu ở nhiệt độ thấp trong 12 giờ.

b) Thêm giấm balsamic và nước dùng xương bò vào nồi nấu chậm. Thêm sherry nếu sử dụng.
c) Đậy nắp và nấu ở nhiệt độ thấp trong 6-8 giờ nữa.
d) Làm nóng lò ở 350°F.
e) Chia phần và múc Súp nước dùng và hành tây vào bát an toàn với lò nướng và đặt bát lên khay nướng.
f) Lên trên mỗi bát với một lát bánh mì nướng và một lượng lớn pho mát Gruyere bào hoặc bào.
g) Nướng trên giá ở một phần ba trên của lò trong 20-30 phút hoặc cho đến khi pho mát tan chảy.
h) Chuyển lò nướng sang chế độ nướng và nướng Súp nước dùng trong 2-3 phút cho đến khi pho mát chuyển sang màu nâu.
i) Trang trí với rau mùi tây xắt nhỏ và phục vụ ấm áp.

95. Canh gà một nồi

THÀNH PHẦN:

- 2 muỗng canh dầu ô liu
- 1 củ hành tây lớn, thái hạt lựu
- 2 chén cà rốt, thái hạt lựu
- Muối kosher
- 3 tép tỏi, băm nhỏ
- 3 cọng cần tây, thái hạt lựu
- 1 ớt chuông xanh, thái hạt lựu
- 8 ounces nấm, thái lát
- 4 chén Nước hầm xương gà (2 hộp)
- 2 chén salsa đỏ
- 2 chén salsa xanh
- 1 muỗng cà phê húng quế khô
- 8 ounce mì trứng (tùy chọn)
- 4 chén thịt gà quay, xé nhỏ hoặc cắt thành miếng vừa ăn
- Rau mùi và chanh tươi để phục vụ

HƯỚNG DẪN:

a) Trong một nồi súp lớn, đun nóng dầu ô liu trên lửa vừa và cao. Thêm hành tây và cà rốt, tiếp theo là một chút muối. Xào cho đến khi hành tây trong và cà rốt bắt đầu mềm, khoảng 5 phút. Khuấy tỏi và nấu cho đến khi có mùi thơm, khoảng 30 giây.
b) Thêm cần tây, ớt chuông và nấm vào nồi. Đổ nước dùng xương gà lên rau và khuấy salsa đỏ và salsa xanh.
c) Thêm húng quế khô và trộn.
d) Không có mì: Đun nhỏ lửa, đậy nắp và nấu ở lửa vừa trong 15 phút hoặc cho đến khi
e) các loại rau mềm. Với mỳ: Đun sôi, cho mỳ vào đun lửa lớn trong 8-10 phút cho mỳ chín mềm. Sau đó, rau phải mềm.
f) Mở nắp, giảm nhiệt xuống mức trung bình thấp. Thêm gà và để gà nóng qua, thỉnh thoảng khuấy. Hương vị, thêm muối nếu muốn.
g) Loại bỏ nhiệt. Món ăn và trang trí với lá ngò tươi. Ăn kèm với chanh. Thưởng thức!

96. Súp rau củ kiểu Thái đích thực

THÀNH PHẦN:

- 1 lon (13,66 ounce) nước cốt dừa không đường
- 2 chén Nước hầm xương gà (1 thùng)
- ½ chén nước ép bí ngô (tùy chọn)
- ¼ chén riềng, thái lát
- 1 nhánh sả, thái thành miếng dài 1 inch
- ¼ chén hành tây, thái lát
- 1 chén bông cải xanh, xắt nhỏ
- ½ chén cà rốt, thái lát
- ½ chén đậu phụ cứng, thái lát
- 1 cà chua Roma, thái lát
- 1 chén nấm, thái lát
- 2 muỗng canh nước mắm (hoặc xì dầu hoặc nước cốt dừa)
- 1 muỗng cà phê đường nâu
- muối để hương vị
- 2 muỗng canh nước cốt chanh
- 1 nhánh hành lá, thái nhỏ

- ½ muỗng cà phê hạt tiêu đỏ
- Lá ngò tươi để trang trí và chanh để phục vụ

HƯỚNG DẪN:

a) Trộn nước cốt dừa, nước dùng xương gà và bột bí ngô trong một cái nồi lớn. Khuấy đều và đun sôi.
b) Cho riềng, sả, hành tây, bông cải, cà rốt vào nồi; nấu trên lửa lớn trong 2-3 phút hoặc cho đến khi có mùi thơm.
c) Thêm đậu phụ, cà chua và nấm; đun sôi trở lại. Tiếp tục nấu cho đến khi hết rau củ.
d) Nêm nước mắm (nước tương hoặc nước cốt dừa), đường và chút muối cho vừa ăn.
e) Tắt lửa. Vớt sả, riềng ra. Khuấy nước cốt chanh, hành lá và ớt băm nhỏ.
f) Món ăn và trang trí với lá ngò. Thưởng thức!

97. Nồi nấu chậm Borscht thịt bò kiểu Thượng Hải

THÀNH PHẦN:

- 2 muỗng canh dầu ô liu
- 2 chén Nước hầm xương bò (1 hộp)
- 2 muỗng canh bơ
- 1 (6-oz) lon bột cà chua
- ¼ chén bột mì đa dụng
- 1 (14,5-oz) lon cà chua thái hạt lựu
- 1 củ hành vừa, thái lát
- 1 lá nguyệt quế
- 1 pound thịt bò hầm
- 1 muỗng cà phê muối
- 2 cọng cần tây, xắt nhỏ
- 2 muỗng canh đường nâu
- 1 chén cà rốt, xắt nhỏ
- ½ muỗng cà phê tiêu đen xay
- 1 củ khoai tây lớn, thái hạt lựu
- 3 chén bắp cải xanh, thái lát mỏng

- 4 tép tỏi, băm nhỏ
- Húng quế tươi xắt nhỏ để trang trí

HƯỚNG DẪN:

a) Làm roux bằng cách đun chảy bơ với dầu ô liu trên lửa vừa trong chảo. Sau khi bơ tan chảy hoàn toàn, giảm nhiệt xuống thấp, thêm bột mì; khuấy liên tục cho đến khi hỗn hợp được trộn đều và mịn.

b) Thêm hành tây vào roux; tăng nhiệt lên nhiệt độ trung bình cao. Khuấy cho đến khi hành tây được phủ đều và có mùi thơm; chuyển hỗn hợp vào nồi nấu chậm.

c) Đặt tất cả các thành phần khác trừ bắp cải vào nồi nấu chậm. Khuấy đều, đậy nắp và nấu ở nhiệt độ thấp trong 8 giờ.

d) Thêm bắp cải, chuyển nồi nấu chậm sang cài đặt cao. Nấu thêm 30 phút hoặc cho đến khi bắp cải mềm.

e) Hương vị và thêm nhiều muối hoặc đường nếu muốn. Ra đĩa, trang trí với húng quế và dùng với bánh mì yêu thích của bạn.

98. Súp nước hầm hạt đậu nấu chậm

THÀNH PHẦN:

- 1 chén hành vàng, thái hạt lựu
- 2 tép tỏi, băm nhỏ
- ½ thìa cà phê oregano khô
- 1 ½ thìa cà phê muối kosher
- 1 muỗng cà phê tiêu đen xay
- 2 chén cà rốt, thái hạt lựu
- 1 chén khoai tây đỏ, thái hạt lựu
- 1 chén cần tây, thái hạt lựu
- 1 pound đậu Hà Lan sấy khô
- 8 chén Nước hầm xương bò (4 hộp)
- Miếng thịt xông khói nấu chín để phục vụ và rau mùi xắt nhỏ để trang trí

HƯỚNG DẪN:

a) Cho tất cả nguyên liệu vào nồi nấu chậm 4 lít (hoặc lớn hơn). Đậy nắp và nấu ở nhiệt độ thấp trong 8-10 giờ.

b) Hương vị để điều chỉnh hương vị bằng cách thêm nhiều muối nếu muốn.
c) Múc ra bát và rắc những miếng thịt xông khói đã nấu chín và lá ngò tươi lên trên trước khi ăn.
d) Thưởng thức!

99. Súp hoành thánh cổ điển

THÀNH PHẦN:

- 40 gói hoành thánh lớn

ĐỐI VỚI MÌ VẢI NGON – TÔM:

- 20 con tôm cỡ vừa, bóc vỏ, bỏ chỉ, cắt làm đôi theo chiều dọc
- ½ thìa cà phê muối kosher
- ½ thìa cà phê bột bắp
- 1 muỗng cà phê dầu ô liu siêu nguyên chất

ĐỐI VỚI MÌ VẢI NGON – THỊT HEO:

- 1 pound thịt lợn xay 80% nạc
- 1 ½ muỗng canh gừng tươi, băm nhỏ
- 1 muỗng canh rượu gạo Thiệu Hưng
- 2 muỗng canh nước tương nhẹ
- 2 muỗng cà phê bột bắp
- 1 muỗng cà phê đường nâu
- 2 muỗng canh dầu ô liu siêu nguyên chất
- ½ muỗng cà phê muối kosher, chia
- 6 ounce cải xoong, xắt nhỏ (khoảng 4 cốc)

ĐỐI VỚI CƠ SỞ Súp hoành thánh:

- 8 chén Nước hầm xương gà (4 hộp)
- 2 chén cải xoong hoặc các loại rau xanh mong muốn khác (tùy chọn)
- Muối và hạt tiêu cho vừa ăn
- Hành lá xắt nhỏ để trang trí
- Dầu ớt hoặc dầu mè để rưới (tùy chọn)

HƯỚNG DẪN:

a) Kết hợp các THÀNH PHẦN làm nhân tôm : trong một bát nhỏ và trộn đều. Để qua một bên.

b) Kết hợp thịt lợn, gừng, rượu Thiệu Hưng, nước tương nhạt, bột bắp và đường trong một bát trộn lớn. Khuấy đều.

c) Thêm dầu ô liu, muối và cải xoong vào hỗn hợp thịt lợn. Sử dụng cả hai tay của bạn để trộn tất cả các thành phần với nhau.

d) Chuẩn bị một bề mặt làm việc bằng phẳng bằng cách rắc một ít bột mì. Trải nó ra bằng tay của bạn. Chuẩn bị một bát nước nhỏ ở bên cạnh.

e) Bây giờ bọc hoành thánh. Đặt phẳng một tờ giấy gói trên một lòng bàn tay, mặt hẹp hướng về phía bạn. Múc khoảng 1 thìa nhân thịt heo và cho vào giữa miếng hoành thánh. Thêm một miếng tôm lên trên.

f) Nhấc mặt hẹp của giấy gói và gấp về phía rộng của giấy gói, bao phủ hoàn toàn phần nhân. Mặt hẹp phải đi lên đến điểm còn lại khoảng nửa inch cho mặt rộng.

g) Nhúng nhẹ ngón tay cái của bạn vào nước. Dùng các ngón tay của bạn véo các cạnh hẹp và rộng của các miếng gói lại với nhau xung quanh phần nhân, sau đó uốn cong hoành thánh thành hình mũ y tá, dùng ngón tay cái ướt của bạn ấn hai đầu lại với nhau.

h) Lặp lại với phần còn lại của giấy gói và đặt hoành thánh trên bề mặt làm việc thành một lớp duy nhất với khoảng cách giữa mỗi lớp một chút.

i) Đun sôi một nồi nước lớn, cho số lượng hoành thánh mà bạn muốn nấu vào. Để chúng sôi trong khoảng 5 phút cho đến khi chúng nổi lên. Nếm thử xem nhân đã chín chưa.

j) Đồng thời, cho nước hầm xương gà (2 chén cho 10-12 hoành thánh) vào nồi khác đun sôi. Thêm một ít cải xoong hoặc các loại rau xanh mà bạn muốn, chẳng hạn như cải ngọt non. Nấu cho đến khi rau héo, khoảng 1-2 phút. Nêm muối và hạt tiêu cho vừa ăn.
k) Chuyển phần nền Nước dùng vào bát phục vụ và thả hoành thánh đã nấu chín vào bát bằng thìa có rãnh. Trang trí với hành lá xắt nhỏ và rưới dầu ớt nóng hoặc dầu mè nếu muốn. Thưởng thức!

100. New England Clam Chowder

THÀNH PHẦN:

- 6–7 lát thịt xông khói, cắt miếng nhỏ
- 3 muỗng canh bột mì
- 1 pound khoai tây đỏ hoặc vàng
- 1 chén kem nặng
- 1 củ hành trắng vừa, thái hạt lựu
- 1 cốc sữa, chia
- 1 (10-oz) lon nghêu nguyên con
- 1 chén nước dùng xương gà, chia
- 2 cọng cần tây, thái nhỏ
- 3 muỗng canh bơ không ướp muối
- 1 thìa cà phê thì là
- Muối và hạt tiêu cho vừa ăn

HƯỚNG DẪN:

a) Trong một cái chảo vừa, nấu thịt xông khói trên lửa vừa cho đến khi giòn. Thỉnh thoảng khuấy (khoảng 10 phút).

b) Trong khi nấu thịt xông khói, làm kem súp nước dùng cần tây. Trong một chảo vừa, đun chảy bơ trên lửa vừa. Thêm ¼ chén hành tây xắt nhỏ và xào cho đến khi có mùi thơm (3-5 phút).

c) Thêm cần tây vào chảo; khuấy và nấu trong 2-3 phút.

d) Rắc bột mì và xào với hành tây và cần tây trong một hoặc hai phút.

e) Đánh bông ½ cốc sữa nguyên kem và ½ cốc nước dùng gà. Đun nhỏ lửa và nấu trong 5-8 phút cho đến khi nó đặc lại.

f) Trong khi Súp kem cần tây đang sôi, thịt xông khói đã sẵn sàng. Khuấy phần còn lại của hành tây vào chảo và nấu cho đến khi trong suốt.

g) Thêm nước ép từ nghêu và ½ chén nước dùng gà, tiếp theo là khoai tây. Đậy nắp và nấu trên lửa vừa cho đến khi khoai tây mềm (khoảng 15-20 phút). Thỉnh thoảng khuấy đều.

h) Trong khi khoai tây đang nấu, hãy kiểm tra và hoàn thành phần kem của Súp nước dùng cần tây.

i) Sau khi khoai tây chín, thêm nghêu, Súp nước dùng kem cần tây, ½ cốc sữa, kem nặng và thì là. Khuấy mọi thứ lại với nhau một cách nhất quán và nấu cháo ở nhiệt độ trung bình thấp trong 5 phút nữa. Nêm muối và hạt tiêu cho vừa ăn. Phục vụ.

PHẦN KẾT LUẬN

Nourishing Bones không chỉ là một cuốn sách dạy nấu ăn mà còn là một hướng dẫn về lối sống lành mạnh và viên mãn hơn. Với 100 công thức nấu ăn ngon miệng, mỗi công thức đi kèm với hình ảnh có màu sắc đẹp mắt, cuốn sách dạy nấu ăn này mang đến nguồn cảm hứng và hướng dẫn để tạo ra những bữa ăn ngon và bổ dưỡng giúp nuôi dưỡng cơ thể và tâm hồn bạn.

Khi bạn khám phá các công thức nấu ăn khác nhau, bạn sẽ khám phá ra những lợi ích của nước hầm xương và cách nó có thể cải thiện sức khỏe tổng thể và phúc lợi của bạn. Bạn cũng sẽ học cách kết hợp nước hầm xương vào chế độ ăn uống hàng ngày của mình theo nhiều cách sáng tạo và ngon miệng.

Khi đọc hết cuốn sách dạy nấu ăn này, bạn sẽ có được sự đánh giá cao mới về khả năng chữa bệnh của nước hầm xương và những khả năng vô tận mà nó mang lại. Cho dù bạn là một người mới hay một đầu bếp có kinh nghiệm, Nourishing Bones sẽ trở thành một nguồn tài nguyên quý giá mà bạn sẽ quay lại nhiều lần.

Chúng ta đều biết rằng xương là kho chứa các chất dinh dưỡng thiết yếu như canxi và magiê. Chúng cũng là nguồn cung cấp collagen và gelatin, hai chất dinh dưỡng có thể tạo ra sự khác biệt lớn đối với sức khỏe của da, khớp và đường ruột của bạn.

Ninh xương trong ít nhất 20 giờ cũng giúp giải phóng các axit amin proline, glycine và glutamine, hỗ trợ thêm cho sức khỏe đường ruột và khớp, đồng thời hỗ trợ giảm viêm toàn thân. Hơn hết, việc đun sôi kéo dài cho phép tất cả các chất dinh dưỡng có lợi trong nước hầm xương trở nên sinh khả dụng hơn, điều đó có nghĩa là chúng cực kỳ dễ dàng để cơ thể chúng ta tiêu hóa và hấp thụ.

www.ingramcontent.com/pod-product-compliance
Lightning Source LLC
LaVergne TN
LVHW010936061026
849535LV00007B/2433
* 9 7 8 1 7 8 3 5 7 2 4 0 3 *